நாகவேள்வி

நாகவேள்வி

செ. அருட்செல்வப்பேரரசன்

நாகவேள்வி © செ.அருட்செல்வப்பேரரசன் *2021*
Nagavelvi © Se. Arutselva Perarasan 2021
First Edition by Ezutthu Prachuram: February 2021

ISBN : 978-93-90053-24-7
TITLE NO EP : 155

Ezutthu Prachuram
(An imprint of Zero Degree Publishing)
No.55(7), RBlock,
6th Avenue, Anna Nagar
Chennai - 600040

Website: www.zerodegreepublishing.com
E Mail id: zerodegreepublishing@gmail.com
Phone : 98400 65000

Cover Art : Art Muneeswaran
Layout : Vidhya Velayudham

உள்ளே

முன்னுரை

மஹாபாரதம் உரைக்கப்படும் களமாக இருந்த அந்த நாகவேள்வி ஏன் நடந்தது? அப்படி ஒருவன் பாம்புகளை அழிக்க வேண்டிய காரணமென்ன? பாம்புகளுக்குக் கிடைத்த சாபம்தான் என்ன? சாபத்தைச் செயலிழக்கச் செய்ய பாம்புகள் செய்த முயற்சிகள் என்ன?

ஆதியில் பாம்புகளின் தாயான கத்ரு அவற்றுக்குக் கொடுத்த சாபமே காரணம் என்று சொல்லப்படுகிறது. அச்சாபத்தைச் செயலிழக்கச் செய்ய வாசுகி, பாற்கடல் கடையப்பட்டபோது மந்தர மலையைக் கட்டி உருட்டும் கயிறாகப் பயன்பட்டான். பாற்கடலில் தேவர்களின் கருணையையும் பெற்றுக் கொண்டான். அமுதம் அழிவில்லா வாழ்வைத் தரும். பாம்புகள் அமுதத்தைக் கொணர நினைக்கின்றன. ஆனால், தங்களுக்கு எட்டாத இடத்தில் அமுதம் இருப்பதை அறிந்து, அப்பணியில் கருடனை ஈடுபடுத்துகின்றன. கருடனோ தன் தாயின் அடிமைத்தளையைக் களைய இதற்கு உடன்பட்டு, இறுதியில் தன்னையும், தன் தாயையும் அடிமைக்கட்டில் இருந்து விடுவித்துக் கொண்டு, இந்திரனோடு சேர்ந்து கொண்டு, பாம்புகளுக்கு அமுதத்தைக் கொடுக்காமல் வஞ்சித்து விடுகிறான்.

பாம்புகளின் அழிவானது அர்ஜுனன் காண்டவ வனத்தை அழிக்கும்போதே தொடங்கிவிட்டது. தக்ஷகனின் மனைவியே முதல்பலியாகிறாள். காண்டவ வனத்தில் இருந்து தக்ஷகனின் மகன் அஸ்வசேன் அர்ஜுனனைப் பழிவாங்க, கர்ணனின் அம்பறாத்தூணியில் தஞ்சமடைகிறான். இறுதியில் அர்ஜுனனால் அவன் கொல்லப்படுகிறான். இவ்வாறு மனைவி மற்றும் மகனை அர்ஜுனனால் இழந்த தக்ஷகனுக்கு இயல்பாகவே பாண்டவர்களின் மீது வஞ்சம

இருந்தது. அர்ஜுனனின் பேரனான பரீக்ஷித் சமீகரின் மகன் சிருங்கியால் சபிக்கப்படுகிறான். அந்தச் சந்தர்ப்பத்தைப் பயன்படுத்திக் கொண்டு, பரீக்ஷித்தைக் கொல்கிறான் தக்ஷகன். தக்ஷகனால் பெரும் துன்பத்தை அடைந்த உதங்கர் என்ற முனிவர் ஒருவர் தக்ஷகனைப் பழிவாங்க எண்ணம் கொள்கிறார். ஜனமேஜயனிடம் செல்லும் உதங்கர், பரீக்ஷித்தின் கொலைக்கு அவனைப் பழிவாங்கத் தூண்டுகிறார். தன் தந்தையைக் கொன்ற தக்ஷகனைக் கொல்ல மன்னன் ஜனமேஜயன் நாக வேள்வியைச் செய்கிறான். அந்த வேள்வியில் எண்ணற்ற பாம்புகளுக்கு அழிவு ஏற்படுகிறது. வாசுகி, ஜரத்காரு என்ற தன் தங்கையை ஜரத்காரு என்ற பெயர் கொண்ட முனிவருக்கு மணமுடித்துக் கொடுக்கிறான். அந்தத் தம்பதியருக்குப் பிறந்த ஆஸ்தீகன் பாம்புகளின் விடுதலைக்குக் காரணமாகிறான். நாக வேள்வி நின்றதற்கு ஆஸ்தீகன் மட்டுமே காரணமாக இல்லாமல், பெண் நாயான சரமையின் சாபமும் அதற்கு ஒரு காரணமாக இருந்தது. மஹாபாரதப் பீடிகையான இந்த மேற்கண்ட கதைகளை மஹாபாரதத்தில் உள்ளபடியே அறிவோம் வாருங்கள்.

அன்புடன்
செ. அருட்செல்வப்பேரரசன்
திருவொற்றியூர்

பிருகு பரம்பரை!

அருள்நிறைந்த பெருமுனிவர் பிருகு[1], தான்தோன்றியாகத் தன்னாலேயே நிலைத்திருக்கும் பிரம்மனிடம் இருந்து வருணனின் வேள்வி ஒன்றில் பிறந்தவர் ஆவார். பிருகுவிற்குச் சியவனன் என்று ஒரு மகன் இருந்தான்; பிருகு சியவனன் மீது மிகுந்த அன்புடனிருந்தார். சியவனனுக்கு நற்குணமிக்க பிரமதி என்று ஒருவன் பிறந்தான். பிரமதிக்கு தேவலோக நடனமாது கிரிடச்சி மூலம் ருரு என்றொரு மகன் பிறந்தான். ருருவுக்கு, பிரமத்வரை என்ற தன் மனைவி மூலம் சுனகன் என்றொரு மகன் பிறந்தான். அந்தச் சுனகர் தன் வழிகளில் மிகவும் நற்குணமிக்கவராகத் திகழ்ந்தார். தன்னைத் தவத்திற்கு அர்ப்பணித்திருந்த சுனகர், நற்பெயருடன், நீதிமானாக, வேதம் அறிந்தவர்களில் மேம்பட்டவராக இருந்தார். அவர் நற்குணமுள்ளவராக, உண்மையானவராக, ஒழுக்கமுடையவராகவும் இருந்தார்.

பிருகுவுக்குப் புலோமை என்ற பெயரில் ஒரு மனைவியிருந்தாள். பிருகு அந்தப் புலோமையிடம் அன்புடன் இருந்தார். பிருகுவின் மைந்தனான சியவனனை சுமந்து கொண்டிருந்த புலோமை பெரிய வடிவத்தைப் பெற்றாள். புலோமை அந்நிலையில் இருந்த போது, ஒருநாள், தன்னறத்திற்கு உண்மையுடன் இருப்பவர்களில் மேன்மையானவரான பிருகு, அவளை வீட்டில்

---

1 பிருகு [அ] ப்ருகு என்றால் தானே தோன்றியவர் என்பது பொருளாம்.

விட்டுவிட்டு, தன்னைத் தூய்மைப்படுத்திக்கொள்ளும் வகையில் நீராடுவதற்காக வெளியே சென்றார். அப்போது, புலோமன் என்றழைக்கப்பட்ட ராட்சசன் ஒருவன், பிருகுவின் இல்லத்திற்கு வந்தான். பிருகுவின் இல்லத்திற்குள் நுழைந்த அந்த ராட்சசன் புலோமன், எவ்விதத்திலும் களங்கமில்லாத பிருகுவின் மனைவியான புலோமையைக் கண்டான். அவளைக் கண்டதும் காமத்தில் நிறைந்து தன் அறிவை இழந்தான். அழகான புலோமையோ, கானகத்தின் கிழங்குகளையும், கனிகளையும் கொடுத்து அந்த ராட்சசனை உபசரித்தாள்.

புலோமையைப் பார்த்ததுமுதல் காமத்தீயில் வெந்து கொண்டிருந்த அந்த ராட்சசன் மிகவும் மகிழ்ந்து, அனைத்து வகையிலும் களங்கமில்லாத புலோமையை அபகரிப்பது எனத் தீர்மானித்தான். "என் திட்டம் நிறைவேறியது" என்று தனக்குள்ளேயே சொல்லிக் கொண்ட அந்த ராட்சசன், அந்த அழகான பெண்ணை அபகரித்துச் செல்ல எண்ணினான்.

உண்மையில், மனதிற்கினிய புன்னகைக் கொண்ட அந்தப் புலோமையின் குழந்தைப் பருவத்தில், அவள் அழுது கொண்டிருந்த போது, அவளை அச்சுறுத்த எண்ணிய அவளது தந்தை, "ராட்சசா, இவளைப் பிடித்துக் கொள்!" என்று சொன்னார். அப்போது, அங்கு மறைந்திருந்த இந்தப் புலோமன் அதைக் கேட்டு அவளையே தன் மனைவியாக நினைத்தான். பின்னர் அவளது தந்தை, முறையான சடங்குகளுடன் பிருகுவிற்கே அந்தப் புலோமையை அளித்தார். புலோமையை பிருகுவிடம் இழந்ததால் மனத்தில் ஆழமான காயத்தை அடைந்திருந்த அந்த ராட்சசன், அந்த மங்கையைக் கடத்துவதற்கு அந்தக் கணமே மிகவும் சிறந்த சந்தர்ப்பம் என்று நிச்சயித்தான்.

அப்போது, அறையின் மூலையில் வேள்வித்தீ சுடர்விட்டு எரிவதை அந்த ராட்சசன் புலோமன் கண்டான். அந்த நெருப்பிடம் அந்த ராட்சசன், "அக்னியே சொல்வாயாக.

நியாயமாக இந்தப் பெண் யாருடைய மனைவி என்பதை எனக்குச் சொல்வாயாக. நீயே தேவர்களின் வாயாக இருக்கிறாய்; அதனால் என் கேள்விக்கு பதில் சொல்ல கடமைப்பட்டிருக்கிறாய். மேலான நிறமுடைய இந்த பெண் முதலில் என்னால்தான் மனைவியாக வரிக்கப்பட்டாள், ஆனால் பிறகு இவள் தந்தை பொய்யனான பிருகுவிடம் இவளை ஒப்படைத்தான். இவளைத் தனிமையில் கண்ட நான், ஆசிரமத்திலிருந்து வலுக்கட்டாயமாக அபகரித்து செல்லத் தீர்மானித்திருப்பதால், பிருகுவின் மனைவியாக இவ்வழிக்கருதத்தக்கவளா என்பதைஎனக்கு உண்மையாகச் சொல்வாயாக. முதலில் எனக்கு நிச்சயிக்கப்பட்டிருந்த இந்தக் மெல்லிடையாளைப் பிருகு அடைந்தான் என்று நினைக்கும் போதே கோபத்தால் என் இதயம் எரிகிறது" என்றான்.

இவ்வாறு அந்த ராட்சன், தழலுடன் கூடிய நெருப்பு தேவனான அந்த அக்னியிடம், "அந்த மங்கை பிருகுவின் மனைவிதானா?" என்று மீண்டும் மீண்டும் கேட்டான். அந்தத் தேவனோ பதில் கூற அச்சப்பட்டான். "அக்னியே" என்று சொன்ன அந்த ராட்சசன் புலோமன், "ஒவ்வொரு உயிரினத்திற்குள்ளும் எப்போதும் உறைந்திருந்து, அவன் அல்லது அவளின் நற்செயல்களுக்கும், தீச்செயல்களுக்கும் சாட்சியாக இருப்பவன் நீயே. மரியாதைக்குரியவனே! என் கேள்விக்கு உண்மையான பதிலைக் கூறுவாயாக. என் மனைவியாக நான் தேர்ந்தெடுத்திருந்தவளை பிருகு அபகரிக்கவில்லையா? நான் முதலில் தேர்ந்தெடுத்ததால் இவள் என்னுடைய மனைவிதான் என்ற உண்மையை அறிவிப்பாயாக. இவள் பிருகுவின் மனைவிதானா என்று நீ பதிலுரைத்த பின்பு, உன் கண்ணெதிரிலேயே இவளை இந்த ஆசிரமத்திலிருந்து நான் தூக்கிச் செல்வேன். எனவே நீ உண்மையுடன் பதிலுரைப்பாயாக" என்றும் சொன்னான்.

ஏழு தழல்களைக் கொண்ட அந்த அக்னி தேவன், அரக்கனின் வார்த்தைகளைக் கேட்டு பொய்யுரைக்கவும்

அஞ்சி, அதேயளவு பிருகுவின் சாபத்திற்கும் அஞ்சி பெரும் துயருக்கு ஆளானான். நீண்ட நேரத்திற்குப் பிறகு அவன் மென்னொலி கொண்ட வார்த்தைகளால் பதிலளித்தான். அவன், "ராட்சசா, இந்தப் புலோமையை முதலில் நீயே தேர்ந்தெடுத்தாய். ஆனால் முறையான புனிதமான சடங்குகளுடனும், வேண்டுதல்களுடனும் நீ புலோமையை ஏற்கவில்லை. அருள் கிடைக்கும் என்ற விருப்பத்தில், வெகுதொலைவுக்கும் புகழ்மிகுந்த இந்த மங்கை புலோமையை, அவளது தகப்பன் பிருகுவுக்கு அளித்தான். ராட்சசா, இந்தப் புலோமை, உனக்கு அளிக்கப்படவில்லை. வேதச்சடங்குகளுடன், என் முன்னிலையில்தான் இந்த மங்கை பிருகு முனிவரால் முறையாக தன் மனைவியாக வரிக்கப்பட்டாள். இவளே அவள் என்று நானறிவேன். பொய்ம்மை பேச நான் துணிய மாட்டேன். ராட்சசர்களில் சிறந்தவனே, பொய்ம்மைக்கு இந்த உலகில் மதிப்பில்லை" என்று பதிலளித்தான் அக்னி.

சியவனன் பிறப்பு!

இந்த வார்த்தைகளை அக்னி தேவனிடமிருந்து கேட்ட அரக்கன் புலோமன், ஆண் காட்டுப் பன்றியின் உருவமெடுத்து, காற்றின் வேகத்துக்கு இணையாகவும், மனத்தின் வேகத்துடனும், அந்த மங்கை புலோமையைக் கைப்பற்றித் தூக்கிச் சென்றான்.

இந்தப்பெரும்கொடுமையைத்தாங்கமுடியாமல்கோபப்பட்ட பிருகுவின் குழந்தை, கருப்பையிலிருந்து நழுவி விழுந்தது. அதனாலேயே அந்தக் குழந்தைக்குச் சியவனன்[2] என்று பெயர் வந்தது. குழந்தை, தாயின் கருவிலிருந்து நழுவியதையும், அந்தக் குழந்தை சூரியனைப் போல ஒளிர்வதையும் கண்ட ராட்சசன், அந்தப் பெண்ணின் மீதிருந்த பிடியை விட்டுக் கீழே விழுந்து எரிந்து சாம்பலானான்.

துயரத்தால் தடுமாறிப் போயிருந்த அந்த அழகிய புலோமை, பிருகு மைந்தனான தனது மகன் சியவனனை எடுத்துக் கொண்டு நடந்துசென்றாள். தனது மைந்தனான பிருகுவின் களங்கமற்ற மனைவி அழுதுகொண்டிருப்பதைப் பெருந்தகப்பன் பிரம்மனே கண்டான். அனைவருக்கும் பெருந்தகப்பனான அந்தப் பிரம்மன், குழந்தையிடம் பாசம் கொண்ட அவளைத் தேற்றினான். புலோமையின் கண்களிலிருந்து வழிந்த கண்ணீர்த்துளிகள் அங்கே ஒரு

---

2 சியவனன் [அ] ச்யவனன் என்றால் நழுவி விழுந்தவன் என்று பொருள். ச்யவனம் என்றால் நழுவுதல் என்று பொருள்.

பெரிய நதியை உண்டாக்கின. அந்த ஆறு பெரும் துறவியான பிருகுவின் மனைவியுடைய காலடிகளைத் தொடர்ந்து சென்றது. உலகங்களின் பெருந்தகப்பனான பிரம்மன், தன் மகனின் மனைவியான புலோமையைத் தொடரும் அந்த ஆற்றைக் கண்டு, அதற்கு வதுசாரை[3] என்று பெயரை வைத்தான். அது சியவனனின் ஆசிரமத்தைக் கடந்து செல்கிறது[4]. இந்த விதத்தில்தான் பிருகுவின் மைந்தனான பெரும் ஆன்ம சக்தியுள்ள சியவனன் பிறந்தான்.

பிருகு, தனது குழந்தை சியவனனையும், அதன் அழகான தாயான தமது மனைவி புலோமையையும் கண்டார். அந்தப் பிருகு முனிவர் கோபத்தில், "உன்னைக் கடத்த முடிவு செய்து வந்த ராட்சசனிடம் யார் உன்னைக் காட்டிக் கொடுத்தது? மனதிற்கினிய புன்னகை கொண்ட புலோமையே! நீ என் மனைவியென்று ராட்சசனுக்குத் தெரிந்திருக்க முடியாது. எனவே, அப்படி உன்னை அரக்கனிடம் காட்டிக் கொடுத்தது யார் என்பதைச் சொல்வாயாக. என் கோபத்தால் நான் அவனைச் சபிக்கப் போகிறேன்" என்று கேட்டார்.

அதற்குப் புலோமை "அறுகுணங்கொண்டவரே, அக்னியே அந்த ராட்சசனிடம் என்னைக் காட்டிக் கொடுத்தான். அவன், அன்றில் பறவையைப் போலக் கதறிக் கொண்டிருந்த என்னைக் கடத்திக் கொண்டு போனான். உமது மகனின் தீவிரப் பிரகாசத்தால் தான் நான் காப்பாற்றப்பட்டேன். அரக்கன் எனது மீதிருந்த பிடியைவிட்டு, கீழே விழுந்து சாம்பலானான்" என்றாள்.

புலோமையிடமிருந்து இந்த விவரத்தைக் கேட்ட பிருகு, மிகுந்த கோபங்கொண்டார். கட்டுக்கடங்காத கோபத்தால், "நீ அனைத்தையும் உண்பாயாக" என்று அக்னியைச் சபித்தார்.

---

3 வதுசாரை என்றால் பெண்ணுடன் சென்றது என்று பொருள். வது - பெண்; சாரை - ஒன்றன்பின் ஒன்றாகச் செல்லும் வரிசை.

4 அதாவது பின்னாளில் இந்த ஆற்றின் கரையில் தன்னுடைய ஆசிரமத்தை சியவனன் அமைத்துக் கொண்டான்.

அக்னி பின்வாங்கினான்!

பிருகுவின் சாபத்தால் கோபங்கொண்ட அக்னிதேவன், பிருகுமுனிவரிடம், "பிராமணரே, என்னிடம் நீர் இப்படிக் கண்மூடித்தனமாக நடந்து கொள்வதற்கு என்ன பொருள்? நான் பெருமுயற்சி செய்து, பாரபட்சமின்றி உண்மையைப் பேசி, நீதியை நிலைக்கச் செய்த போது, விதிகளை மீறியதாகத் தாம் என்மேல் எவ்வாறு குற்றம் சாட்ட முடியும்? என்னைக் கேட்டதால், நான் உண்மையான பதிலைச் சொன்னேன். ஓர் உண்மையை அறிந்தவனைச் சாட்சியாகக் கூப்பிட்டு விசாரிக்கும்பொழுது, அவன் உண்மைக்குமாறாகப் பேசினால், அவனது முன்னோர்கள் ஏழு தலைமுறையினரையும், சந்ததியினர் ஏழு தலைமுறையினரையும் நரகத்தில் தள்ளியவனாவான். தான் முழுவதும் அறிந்திருந்தும், அறிந்ததை முழுமையாகக் கூறவில்லை என்றால், அவனும் குற்ற உணர்வால் கறைபட்டிருப்பான். என்னாலும் உம்மைச் சபிக்க முடியும். ஆனால் பிராமணர்கள் என்னால் பெரிதும் மதிக்கப்படுபவர்கள். இவையெல்லாம் உமக்கும் தெரிந்தாலும், நான் சொல்வதைக் கேட்பீராக!

எனது தவசக்தியால், நான் என்னைப் பெருக்கிக் கொண்டு, பல உருவங்களில் இருக்கிறேன். தினசரி ஹோமங்கள் நடக்கும் இடங்களிலும், வருடக்கணக்காக நடைபெறும் வேள்விகளிலும் இருக்கிறேன். புனிதச் சடங்குகள், பலிகள் எங்கெல்லாம் நடைபெறுகின்றனவோ அங்கெல்லாம் இருக்கிறேன். என் தழல்களின் மேல் வேத விதிகளின் படி

இடப்படும் நெய்யைத் தேவர்களும், பித்ருக்களும் பெற்று அமைதியை அடைகின்றனர். தேவர்களும், பித்ருக்களும் நீரின் தன்மை கொண்டவர்கள் ஆவர். தர்ஷம், பூர்ணமஷம் என்னும் வேள்விகளில் அளிக்கப்படுவனவற்றில் தேவர்களுக்கும், பித்ருக்களுக்கும் சமபங்கு உரிமை உள்ளது. ஆகையால் தேவர்களே பித்ருக்கள், பித்ருக்களே தேவர்கள். ஒரேமாதிரியானவர்களும், இணையான தன்மை கொண்டவர்களுமான அவர்கள், சேர்த்து வைத்தும், பிரித்தும் சந்திரனின் மாறுதல்களுக்கு ஏற்ப வழிபடப்படுகிறார்கள்.

அந்தத் தேவர்களும், பித்ருக்களும் என் மீது ஆகுதியாக ஊற்றப்படுவதையே உண்கின்றனர். எனவே, என்னைத் தேவர்களுக்கும், பித்ருக்களுக்குமான வாய் என்று அழைக்கிறார்கள். புதுமதியில்[5] பித்ருக்களும், முழுமதியில்[6] தேவர்களும், தூய்மையாக்கப்பட்ட நெய்யை, எனது வாய் மூலமாகத்தான் உண்கிறார்கள். அவர்களின் வாயாக இருப்பதால், அனைத்தையும் உண்பவனாக எவ்வாறு நான் ஆக முடியும்?" என்றான் அந்த அக்னி தேவன்.

அதன் பிறகு, அக்னி சிறிது ஆலோசித்துவிட்டு பிராமணர்களின் ஹோமங்களிலிருந்தும், நீண்ட வேள்விகளிலிருந்தும், புனிதச் சடங்குகள் மற்றும் வைபவங்களிலிருந்தும் என எல்லா இடங்களிலிருந்தும் விலகிக் கொண்டான். நெருப்பில்லாததால் ஓம்களும், வஷட்களும், சுவதாக்களும், சுவாஹாக்களும் இல்லாமல்[7], அனைத்து உயிரினங்களும் துயரடைந்தன.

கவலை கொண்ட முனிவர்கள், தேவர்களிடம் சென்று, "குறைவற்றவர்களே! அக்னி இல்லாமல் வேள்விகள் மற்றும் சடங்குகள் தொடரப்படாமல் நின்று போனதால், மூன்று உலகங்களும் குழப்பத்தில் உள்ளன. காலந்தாழ்த்தாமல் இந்தக் காரியத்தில் என்ன செய்ய வேண்டும் என்று உத்தரவிடுங்கள்" என்றனர். பிறகு முனிவர்களும்,

---

5 அமாவாசையில்

6 பௌர்ணமியில்

7 ஓம் என்று வேதம் ஓதுவது, வஷட் என்று வேள்வி செய்வது, சுவதா என்று பிதுர்க்கடன் அதாவது சிராத்தம் செய்வது, சுவாகா என்று ஹோமம் செய்வது ஆகியன நின்று போயின என்பது இங்கே பொருள்.

தேவர்களும் சேர்ந்து பிரம்மனிடம் சென்றனர். அவர்கள் அந்தப் பிரம்மனிடம், அக்னியின் சாபத்தைப் பற்றியும், அதனால் அனைத்து விழாக்களும் தடைப்பட்டிருப்பதையும் பற்றிய விவரங்களையும் எடுத்துரைத்தனர். அவர்கள், "நற்பேறுபெற்றவரே! ஏதோ காரணத்திற்காகப் பிருகு முனிவரால் அக்னி சபிக்கப்பட்டிருக்கிறான். உண்மையில் தேவர்களுக்கு வாயாக இருப்பவனும், வேள்விகளில் தரப்படுவதை முதலில் உண்பவனும், வேள்வி நெய்யை உண்பவனுமாகிய அக்னியானவன் எவ்வாறு வரைமுறை இல்லாமல் அனைத்தையும் உண்ணும் நிலைக்கு ஆளாகலாம்?" என்று கேட்டனர்.

இந்த வார்த்தைகளைக் கேட்டவனும், அண்டத்தைப் படைத்தவனுமான அந்தப் பிரம்மன், அக்னியைத் தன் முன் வர ஆணையிட்டான். பிரம்மன் தன்னைப் போன்றே அனைத்தையும் படைப்பவனும், என்றும் நிலைத்திருப்பவனுமான அக்னியிடம் மென்மையான வார்த்தைகளால், "உலகங்களைப் படைத்தவன் நீயே, அவற்றை அழிப்பவன் நீயே! மூவுலகங்களைப் பாதுகாப்பவன் நீயே! வேள்விகள் அனைத்தையும் வளர்ப்பவனும் நீயே! எனவே, சடங்குகள் தடைபெறாமல் இருக்குமாறு நடந்து கொள்வாயாக. வேள்வி நெய்யை உண்பவனே, நீயே எல்லாவற்றிற்கும் தலைவனாக இருக்கும்போது, ஏன் இவ்வளவு மூடனாக நடந்து கொள்கிறாய்? அண்டத்தில் என்றுமே தூய்மையானவன் நீயே! அண்டத்தை நிலைத்திருக்க வைத்திருப்பவனும் நீயே! உன் முழு உடலாலும் வரைமுறையில்லாமல் அனைத்தையும் உண்ணும் தாழ்ந்த நிலைக்கு நீ ஆளாகமாட்டாய்.

தழல்களால் ஆனவனே, பின்புறத்தில் இருக்கும் தழல்கள்[8] மட்டுமே அனைத்தையும் உண்ணும்[9]. இறைச்சியை உண்ணும்

---

9 தீயின் நாக்கு என்பது முன்பகுதி ஆகும். கனல் எனப்படும் கீழ்ப்பகுதி மட்டுமே தான் பற்றிய பொருட்கள் அனைத்தையும் உண்ணும். அனல் எனும் மேற்பகுதி, எரியும் பொருளிலிருந்து விலகியே இருக்கும்.

உன்னுடையஉடலும்[10] வரைமுறையில்லாமல் அனைத்தையும் உண்ணும். எப்படிக் கதிரவனின் கதிர்பட்டதும் எல்லாம் தூய்மையாகின்றனவோ, அப்படியே உன் தழல்களால் எரிக்கப்படுபவை அனைத்தும் தூய்மையாகும். நெருப்பே, தானாக உருவான எல்லாம்வல்ல சக்தி நீயே. தலைவனே, உனது அந்தச் சக்தியால் பிருகு முனிவரின் சாபம் உண்மையாகட்டும். உன் வாயில் படைக்கப்படுவனவற்றில் உனக்குச் சேர வேண்டிய பங்கையும், தேவர்களுக்குச் சேர வேண்டிய பங்கையும் எடுத்துக் கொண்டு உனது பணியைத் தொடர்வாயாக" என்றான் பிரம்மன்.

அக்னி அந்தப் பிதாமகனிடம், "அப்படியே ஆகட்டும்" என்றான். மிக உயர்ந்த தலைவனான பிரம்மனின் ஆணைப்படியே, அக்னி தனது வேலையைப் பார்க்கச் சென்றுவிட்டான். தேவர்களும், முனிவர்களும், தாங்கள் எங்கிருந்து வந்தனரோ அங்கேயே மகிழ்ச்சியுடன் திரும்பினர். முனிவர்கள், சடங்குகளையும், வேள்விகளையும் செய்யத் தொடங்கினார்கள். உலகில் அனைத்து உயிரினங்களும், மேலுலகில் தேவர்களும் மகிழ்வுற்றனர். அக்னியும் பாவத்திலிருந்து விடுபட்டதால் மகிழ்ந்தான்.

---

10 இறைச்சியுண்ணும் விலங்குகளின் வயிற்றில் செரிமானம் செய்யும் அக்னி, செரிக்காததைச் செரிக்க வைப்பது. எல்லா உயிரினங்களின் வயிற்றிலும் உணவை செரிப்பதற்காக ஜாடராக்னி என்ற பெயரில் அக்னி இருக்கிறான். அவன் இறைச்சியைச் செரிக்கச் செய்யும் போது உண்ணத்தகாததை உண்பவனாகக் கருதப்படுகிறான்.

ருருவும் பிரமத்வரையும்!

பிருகுவின் மைந்தன் சியவனன், தனது மனைவி சுகன்யாவின் கருவறையில் ஒரு மைந்தனைப் பெற்றெடுத்தான். அந்த மைந்தன்தான் ஒப்பற்ற சக்தி கொண்ட, புகழ்பெற்ற பிரமதி ஆவான். பிரமதி கிரீடச்சி கருவறையில் ருருவைப் பெற்றான். ருரு, தனது மனைவி பிரமத்வரையின் மூலம் சுனகன் என்ற மகனைப் பெற்றான்.

முன்பொரு காலத்தில் தவசக்தியும், கல்வியும், அனைத்துயிரிடமும் அன்பு செலுத்தும் குணமும் கொண்ட ஸ்தூலகேசர் என்ற ஒரு முனிவர் இருந்தார். அந்த நேரத்தில், கந்தர்வர்களின் மன்னன் விஸ்வாவசு, தேவலோக நடனமங்கை மேனகையுடன் நெருக்கமாக இருந்தான். அந்த அப்சரஸ் மேனகை, அவளது நேரம் நெருங்கியதும், ஸ்தூலகேசரின் ஆசிரமத்திற்கருகே ஒரு பிள்ளையைப் பெற்றெடுத்தாள். புதிதாகப் பிறந்த அந்தக் குழந்தையை அவள் ஆற்றங்கரையிலேயே விட்டுச் சென்று விட்டாள். மேனகை என்ற அந்த அப்சரஸ் இரக்கத்தையும், வெட்கத்தையும் துறந்து அங்கிருந்து சென்றுவிட்டாள். பெரும் தவவலிமை பொருந்திய ஸ்தூலகேசர், ஆள் நடமாட்டமில்லாத நதிக்கரையில் அந்தக் குழந்தையைக் கண்டார். அழகால் ஒளிவீசும் அந்தப் பெண்குழந்தையானது, தேவர்களின் குழந்தை என்பதைக் கண்டுகொண்டார். அந்தப் பெரும் பிராமணரும், முனிவர்களில் முதன்மையானவருமான

ஸ்தூலகேசர், இரக்கத்தினால் நிறைந்து அந்தக் குழந்தையை எடுத்து வளர்த்தார். அந்தக் குழந்தையும் அவருடைய புனிதமான ஆசிரமத்திலேயே வளர்ந்தாள்.

உயர்ந்த மனம் படைத்தவரும், ஆசிர்வதிக்கப்பட்டவருமான ஸ்தூலகேசர் தெய்வீக விதிகளுக்குட்பட்டு[11] பிறந்ததிலிருந்து செய்யவேண்டிய சடங்குகளையெல்லாம் அந்தந்த காலத்தில் அக்குழந்தைக்குச் செய்தார். தனது நற்குணங்களாலும், அழகாலும், எல்லாப் பண்புகளாலும் அனைத்துப் பெண்களையும் அவள் மிஞ்சி நின்றதால், பிரமத்வரை[12] என்று அந்த முனிவர் அவளை அழைத்தார். தெய்வத்திற்கு அஞ்சி நடக்கும் ருரு, ஒரு நாள் ஸ்தூலகேசரின் ஆசிரமத்திற்கு அருகே இருந்த பிரமத்வரையைக் கண்டு, காம தேவன் மன்மதனின் கணையால் இதயத்தில் துளைக்கப்பட்டவன் ஆனான். ருரு, பிருகுவின் மகனான தனது தந்தை பிரமதியிடம் நண்பர்கள் மூலம் தன் ஆசையை வெளிப்படுத்தினான்.

பிரமதி தனது மகனுக்காக மிகவும் புகழ்வாய்ந்த ஸ்தூலகேசரிடம் பிரமத்வரையைக் கேட்டான். அவளது வளர்ப்புத்தந்தை ஸ்தூலகேசர், அந்தக் கன்னிப்பெண் பிரமத்வரையை ருருவுக்கு நிச்சயித்துக் கொடுத்தார். திருமணம் அடுத்து வரும் பூரம் நட்சத்திரத்தில்[13] என நிச்சயமானது.

திருமணத்திற்குச் சில நாட்களுக்கு முன்பு, அந்த அழகான கன்னிப்பெண் மற்ற பெண்களுடன் விளையாடிக் கொண்டிருக்கும் போது, விதி வசத்தால் அவளது நேரம் நெருங்கி வந்தது. வழியில் சுருண்டு கிடந்த ஒரு பாம்பைக் கவனியாமல், அதை மிதித்துவிட்டாள். அந்தப் பாம்பும்,

---

11 சாஸ்திரங்களுக்குட்பட்டு

12 பிரமதா என்றால் பெண்கள் என்று பொருள். வரா என்றால் சிறந்தவள் என்று பொருள். எனவே, பிரமத்வரா என்பது பெண்களிற்சிறந்தவள் என்ற பொருளைத் தரும்.

13 வேறு சில பதிப்புகளில் ஹஸ்தம் நட்சத்திரம் என்றும் இருக்கிறது.

விதியின் விருப்பத்தை நிறைவேற்றுவதில் தூண்டப்பட்டு, கவனக்குறைவாக இருந்த அவளது உடம்பில் தனது நஞ்சுப் பற்களைச் செலுத்தியது. பாம்பால் கடிபட்டதும், அவள், உணர்விழந்து தரையில் விழுந்தாள். அவளது நிறம் மங்கி ஒளி குன்றியது. கலைந்த கேசத்துடன் கிடந்த அவள் துன்பத்தைத் தருகின்ற ஒரு காட்சி பொருளானாள். காண்பதற்கு இனிமையானவளான அவள் இறந்து கிடப்பதைக் காண்பது வேதனையைத் தந்தது. விஷம் ஏறி, தரையில் விழுந்து கிடந்த அந்தக் கொடியிடையாள், தூங்குபவளை போலக் காட்சியளித்து, அந்நிலையிலும், உயிரோடு இருந்ததை விட அழகாக இருந்தாள்.

வளர்ப்புத் தந்தையும், மற்ற முனிவர்கள் அனைவரும் அங்கு வந்து, அழகான தாமரை மலரைப் போலத் தரையில் அசைவில்லாமல் கிடக்கும் பிரமத்வரையைக் கண்டனர். சுவஸ்தியாத்ரேயர், மஹாஜானு, குசிகர், சங்கமேகலர், உத்தாலகர், கடர், அனைவராலும் நன்கு அறியப்பட்ட ஸ்வேதர், பரத்வாஜர், கௌணகுத்சியர், ஆர்ஷ்டிஷேணர், கௌதமர், பிரமதி, அவனது மகனான ருரு, மற்றும் அந்தக் கானகத்தில் வசிப்போர் ஆகியோர் அங்கே வந்தனர். பாம்பு கடித்ததால், தரையில் உயிரற்ற சடலமாகக் கிடக்கும் அந்த மங்கையைக் கண்டு அனைவரும் துக்கத்தில் அழுதனர். இந்த நிகழ்ச்சியால் அதிகம் பாதிக்கப்பட்ட ருரு அந்த இடத்தைவிட்டு அகன்றான்.

பாம்பினத்தை அழிப்பதாக ருரு ஏற்ற உறுதி!

பிரமத்வரையின் உயிரற்ற சடலத்தைச் சுற்றி புகழ்பெற்ற பிராமணர்கள் அமர்ந்திருக்கும்போது, பெரும் துக்கமடைந்த ருரு, அடர்ந்த கானகத்தின் ஆழத்துக்குச் சென்று சத்தம்போட்டு கதறி அழுதான். துயரத்தால் உந்தப்பட்டுப் பரிதாபகரமாக ஒப்பாரி வைத்தான். தன் அன்பிற்குரியவளான பிரமத்வரையை நினைத்த ருரு, தன் துக்கத்தைத் தீர்த்துக்கொள்ளப் பின் வரும் வார்த்தைகளில், "ஐயோ! அந்தப் பேரழகி இப்படிக் கட்டாந்தரையில் கிடந்து என் துயரைப் பெருகச் செய்தாளே! இதைவிட எங்களுக்கும், அவள் நண்பர்களுக்கும் துயர் தருவது ஏது? நான் கொடையளித்திருந்தால், தவம் செய்திருந்தால், மேலோரை எப்போதும் மதித்திருந்தால், இந்தச் செயல்களின் புண்ணியம் என் அன்பிற்குரியவளை உயிர்மீட்டுத் தரட்டும்! நான் பிறந்ததிலிருந்து ஆசைகளை அடக்கி, நோன்புகளைக் கடைப்பிடித்திருந்தேன் என்றால் அந்த அழகான பிரமத்வரை தரையிலிருந்து எழுந்திருக்கட்டும்" என்று புலம்பினான்.

தன் துணையை இழந்ததினால் ருரு இப்படிக் கதறிக்கொண்டிருக்கையில், தேவலோகத் தூதுவன் ஒருவன், அந்தக் கானகத்துக்கு வந்து, ருருவிடம், "ருருவே, உனது துயர் மேலீட்டால் நீ உதிர்க்கும் வார்த்தைகள் யாவும் பயனற்றவை. நல்லவனே, இந்த உலகத்தில் உள்ளவர்களுக்கு நாட்கள்

முடிந்தால், அவர்கள் திரும்பி வருவதில்லை. கந்தர்வருக்கும், அப்சரசுக்கும் பிறந்த அந்தப் பரிதாபத்திற்குரிய குழந்தையின் நாட்கள் முடிந்துவிட்டன. அதனால் மகனே, நீ உன் இதயத்தைத் துயருக்குப் பறிகொடுக்காதே. இருந்தாலும், ஒப்பற்ற தேவர்கள் அவளது உயிரை மீட்கும் வழி குறித்து முன்பே சொல்லி வைத்துள்ளனர். நீ அதன்படி நடந்தால் பிரமத்வரை மீண்டும் கிடைக்க வாய்ப்பிருக்கிறது" என்றான்.

ருரு, "தேவலோகத் தூதுவரே! அந்தத் தேவர்கள் என்னதான் கட்டளையிட்டிருகின்றனர். முழு விவரம் கூறினால், நான் அப்படியே நடந்துகொள்வேன். என்னைத் துன்பத்திலிருந்து விடுவிப்பதே உமக்குத் தகும்" என்றான். அதற்குத் தேவதூதுவன், "உனது வாழ்நாட்களில் பாதியை உனது துணைக்குக் கொடுக்க வேண்டும். பிருகு பரம்பரையின் ருருவே, உனது பிரமத்வரை உயிரோடு எழுந்து வருவாள்" என்றான்.

ருரு, "தேவதூதர்களில் சிறந்தவரே, நான் எனது வாழ்நாளில் பாதியை எனது துணைக்கு அதிவிருப்பத்துடன் கொடுப்பேன். எனது அன்புக்குரியவளை மறுபடியும் அவளது அழகான தோற்றத்துடனே எழுப்புவீராக" என்றான்."

பிறகு நற்குணங்கள் கொண்டவர்களாகிய கந்தர்வ மன்னனும், தேவதூதனும் தர்மதேவனிடம் சென்று, "அறமன்னா[14], உமக்கு விருப்பமிருந்தால் ருருவுக்கு நிச்சயிக்கப்பட்டிருந்த இனிமையான பிரமத்வரையை, அவனது பாதிவாழ்நாட்களைக்கொண்டு உயிர்ப்பிப்பாயாக" என்றான். அதற்கு அந்த அறமன்னன், "தேவதூதா, உன் விருப்பத்தின்படியே, ருருவின் பாதி ஆயுளைக் கொண்டு, அவனுக்கு நிச்சயிக்கப்பட்டிருந்த பிரமத்வரை எழுந்திருக்கட்டும்" என்றான்."

அறமன்னன் இவ்வாறு சொன்னதும், தேர்ந்த நிறமுடைய அந்த மங்கை பிரமத்வரை, ருருவின் பாதி ஆயுளை எடுத்துக்

---

14 தர்மராஜா யமன்

கொண்டு, தூக்கத்திலிருந்து எழுவதைப் போல் எழுந்தாள். ருரு தனது பாதி ஆயுளைத் தனது துணை உயிர்த்தெழ தந்ததால், பின்னர் அவனது ஆயுள் சுருங்கியது.

ஒரு நன்னாளில், அவர்களது தந்தைமார், அவர்களுக்கு முறையான சடங்குகளுடன் திருமணம் செய்து வைத்தனர். அந்தத் தம்பதியினரும் ஒருவருக்கொருவர் அர்ப்பணிப்புடன் தங்கள் வாழ்நாட்களைக் கடத்திக் கொண்டிருந்தனர். அவ்வளவு அழகான, கிடைப்பதற்கரிதான, தாமரை இதழ்களின் காந்திக்கு ஒப்பான பிரகாசத்தைக் கொண்ட அந்த மங்கையை மணந்து கொண்ட பிறகும் கூட, ருரு பாம்பினத்தின் மீது கொண்ட கோபம் காரணமாக பாம்பினத்தையே அழிப்பதாக உறுதியேற்றான். எப்பொழுதெல்லாம் அவன் பாம்பைக் கண்டானோ அப்பொழுதெல்லாம் பெரும்கோபத்தில் நிறைந்து, ஒரு ஆயுதத்தை எடுத்து அந்தப் பாம்பைக் கொன்று வந்தான்.

சஹஸ்ரபத் பெற்ற சாபம்!

ஒரு நாள் ருரு ஒரு பெரிய கானகத்திற்குள் நுழைந்தான். அங்கே நீர்ப்பாம்பு வகையைச்[15] சார்ந்த வயதான ஒரு பாம்பு தரையில் கிடப்பதைக் கண்டான். கோபத்தால் உந்தப்பட்ட ருரு, அந்தப் பாம்பைக் கொல்ல யமதண்டத்தைப் போல இருந்த தன் தடியை உயத்தினான். அப்போது அந்தத் நீர்ப்பாம்பு, ருருவிடம், "பிராமணா! நான் உனக்கு எந்தக் கெடுதலையும் செய்யவில்லையே. பிறகு ஏன் கோபங்கொண்டு என்னைக் கொல்ல வருகிறாய்?" என்று கேட்டது.

நீர்ப்பாம்பின் அவ்வார்த்தைகளைக் கேட்ட ருரு, "எனது உயிருக்கு ஒப்பான, எனது அன்பு மனைவி ஒரு பாம்பால் கடிக்கப்பட்டாள். பாம்பே, அதுமுதல் எனது வழியில் வரும் எந்தப் பாம்பையும் கொல்வது எனும் பயங்கரமான உறுதிமொழியை ஏற்றுள்ளேன். எனவே, இப்போது உன்னை நான் அடிக்கப் போகிறேன். நீ உனது உயிரை இழக்கப் போகிறாய்" என்றான்.

அதற்கு அந்த நீர்ப்பாம்பு, "பிராமணா, மனிதர்களைக் கடிக்கும் பாம்பினம் வேறு வகையைச் சார்ந்தது. பெயரளவில் மட்டுமே பாம்புகளாக இருக்கும் நீர்ப்பாம்புகளை கொல்வது உனக்குத் தகாது. கடிக்கும் வகையிலான

---

15 துண்டுபம் என்ற வகையைச் சேர்ந்த பாம்பு என்று மஹாபாரதத்தில் சொல்லப்பட்டுள்ளது.

பாம்புகளின் நற்பேறுகள் நீர்ப்பாம்புகளான எங்களுக்குக் கிடைப்பதில்லை. ஆனால் அவற்றுக்கு நேரும் கெடுதிகள் அனைத்தும் எங்களுக்கும் நேருகின்றன. அவற்றின் துயரம் எங்களுக்கும் இருக்கிறது. ஆனால் அவற்றின் மகிழ்ச்சி எங்களுக்கு ஒருபோதும் இருந்ததில்லை. எனவே, தவறான புரிதலால் நீர்ப்பாம்புகளைக் கொன்றுவிடாதே" என்றது.

இந்த வார்த்தைகளைப் பாம்பிடமிருந்து கேட்ட முனிவனான ருரு, அது பயத்தில் திகைத்து நிற்பதையும், அது நீர்ப்பாம்பே என்பதையும் கண்டு, அதைக் கொல்லாமல் விட்டான். ஆறு குணங்களைக் கொண்ட முனிவனான அந்த ருரு, "பாம்பே, முழுவதுமாகச் சொல். இந்த உருவத்தில் இருக்கும் நீ யார்?" என்றான். அதற்கு அந்த நீர்ப்பாம்பு, "ருரு, முன்பு நான் சஹஸ்ரபத் என்ற பெயர் கொண்ட ஒரு முனிவனாக இருந்தேன். ஒரு பிராமணனின் சாபத்தால் இந்தப் பாம்புருவிற்கு மாறினேன்" என்றது. ருரு, "பாம்புகளில் சிறந்தவனே, கோபத்தில் இருந்த பிராமணனின் சாபத்துக்கு நீ ஏன் ஆளானாய்? இன்னும் எவ்வளவு காலத்துக்கு உன்னுடைய இந்தப் பாம்புருவம் தொடரும்?" என்று கேட்டான்.

ருருவுக்குச் சஹஸ்ரபத்தின் அறிவுரை!

அந்த நீர்ப்பாம்பான சஹஸ்ரபத், ருருவிடம், "முன்பு ஒரு காலத்தில், ககமன் என்ற பெயரில் எனக்கு ஒரு நண்பன் இருந்தான். அவன் பேச்சில் அவசரப்படுபவனாகவும், கடுந்தவங்களின் பயனால் ஆன்மச் சக்தி கூடியவனாகவும் இருந்தான். ஒருநாள் அந்தக் ககமன், நெருப்பு வேள்வி[16] செய்து கொண்டிருக்கும்போது, புற்களால் பாம்பு போன்ற வடிவத்தைச் செய்த நான், அதைக்காட்டி விளையாட்டுக்காக ககமனை அச்சுறுத்தினேன். அவன் உடனே மயக்கமுற்று விழுந்தான். உண்மை பேசுபவனும், தனது விரதங்களில் உறுதியாய் இருக்கும் துறவியுமான அவன் புலனுணர்வு மீண்டவுடன், கோபம் கொண்டு, "சக்தியில்லாத பொய்ப்பாம்பைக் காட்டி என்னை அச்சுறுத்தினாய் எனவே, என் சாபத்தினால் நீ நஞ்சில்லாப் பாம்பாகப் போவாயாக" என்ற சபித்தான். துறவியே, எனக்கு அவனது தவமகிமை தெரியும். எனவே, கலங்கிய உள்ளத்துடன், கைகூப்பிப் பணிந்து, "நண்பா, விளையாட்டுக்காக, உன்னை மகிழ்விக்கவே அப்படிச் செய்தேன். என்னை மன்னிப்பதே உனக்குத் தகும். உன் சாபத்தைத் திருப்பி எடுத்துக் கொள்வாயாக" என்றேன்.

அப்படிக் கலங்கிய நிலையில் என்னைக் கண்டவனும் துறவியுமான அந்தக் ககமன், சற்றே நெகிழ்ந்து சூடான கடும்

---

16 அக்னி ஹோமம்

பெருமூச்சுடன், "நான் சொன்னது நடக்கவே வேண்டும். நான் சொல்வதைக் கேட்டு உனது இதயத்தில் பதிய வைத்துக் கொள்வாயாக. நல்லவனே, பிரமதியின் தூய மைந்தன் ருரு எப்போது உன் முன் தோன்றுவானோ, அப்போது அவனைக் கண்ட மாத்திரத்தில் உனக்குச் சாப விடுதலை கிடைக்கும்" என்றான்.

நீயே அந்தப் பிரமதியின் மைந்தன் ருரு. எனது சுய உருவை அடைந்ததும், உனக்கு ஒரு நல்லதைச் சொல்கிறேன்" என்றான் நீர்ப்பாம்பான அந்த சஹஸ்ரபத்.

அப்படிச் சொன்னவனும், பிராமணர்களில் சிறந்தவனும், சிறப்புமிக்க மனிதனுமான அந்த சஹஸ்ரபத், தனது பாம்பு வடிவம் நீங்கிப் பிரகாசமான உண்மை வடிவத்தை அடைந்தான். அதன்பிறகு சிறப்புமிக்க சக்தி கொண்ட ருருவிடம், "படைக்கப்பட்டவற்றில் முதன்மையானவனே, மனிதர்களுக்கு உயர்ந்த அறம் கொல்லாமையே. எனவே, எந்தப் பிராமணனும் எந்த உயிரினத்தின் உயிரையும் எடுக்கக்கூடாது. பிராமணன் எப்போதும் மென்மையானவனாகவே இருக்க வேண்டும். இதுவே வேதங்களின் மிகப் புனிதமான விதியாகும். ஒரு பிராமணன் வேதங்களையும், வேதாங்கங்களையும் நன்கு அறிந்து வைத்திருக்க வேண்டும். உயிரினங்களுக்குத் தெய்வநம்பிக்கையை ஊட்ட வேண்டும். எப்படி வேதங்களை நினைவில் வைத்திருப்பது முதற்கடமையோ, அவ்விதமே எல்லா உயிர்களுக்கும் நன்மையைக் கருதுவதும், உண்மையோடு இருப்பதும், மன்னிப்பதும் கடமைகளே ஆகும். உனது கடமை, க்ஷத்திரியரின் கடமையன்று. கடுமையாக நடந்து கொள்வது, செங்கோலுடன் அதிகாரம் செய்வது, குடிமக்களை முறையாக ஆள்வது ஆகியவை க்ஷத்திரியனின் கடமைகளே. ருருவே, முன்பொரு காலத்தில் ஜனமேஜயன் பாம்புகளின் அழிவிற்காக ஒரு வேள்வி நடத்தியபோது[17] வேத சாத்திரங்களில் தேர்ந்தவரும்,

---

17 ருருவின் கதை மகாபாரதம் நடந்த காலத்திற்குப் பிந்தையது மட்டுமல்ல, மகாபாரதக் கதை நடந்து, கணேசரைக் கொண்டு வியாசர் எழுதிய

தவசக்தி மிக்கவரும், இருபிறப்பாளர்களில் சிறந்தவருமான ஆஸ்தீகரால் எப்படி அந்தப் பயங்கொண்ட பாம்புகளுக்கு விடுதலை கிடைத்தது என்ற வரலாற்றைக் கேட்பாயாக" என்றான் அந்த சஹஸ்ரபத்."

மீண்டும் சஹஸ்ரபத், "ருருவே, இந்த முக்கியமான ஆஸ்தீக வரலாற்றை, பிராமணர்களின் உதடுகளின் வாயிலாக நீ அறிவாயாக" என்று சொல்லி மறைந்து விட்டான். மறைந்த சஹஸ்ரபத்தைத் தேடி ருரு ஓடினான். அந்தக் கானகத்தில் அவனைக் கண்டுபிடிக்கமுடியாமல், களைத்துச் சோர்வடைந்து தரையில் விழுந்தான். முனிவனான அந்த சஹஸ்ரபத் சொன்னதை மனத்தில் நினைத்துப் பார்த்தான். மிகவும் குழம்பிப் போய்ப் புலன் உணர்வை இழந்தான். உணர்வு மீண்டதும், ருரு தனது இல்லத்திற்கு வந்து, தன் தந்தையான பிரமதியிடம், இந்த வரலாற்றைப் பற்றிக் கேட்டான். அப்படிக் கேட்கப்பட்டதால், அவனது தந்தையும் நாக வேள்விக்குத் தொடர்புடைய பின்வரும் கதையை ருருவுக்கு முழுவதுமாகச் சொன்னார்.

பிறகு, ஜனமேஜயன் வேள்வியில் மகாபாரதம் வைசம்பாயனரால் உரைக்கப்பட்ட பிறகே நடந்திருக்கிறது. எனவே, இது வியாசரின் சீடரான ரோமஹர்ஷணரால் முன்பு நைமிசாரண்யத்தில் சொல்லப்பட்டது என்று சூதபௌராணிகரான செளதியால் மீண்டும் சொல்லப்படும் வரலாறேயன்றி, வைசம்பாயனராலோ, வியாசராலோ சொல்லப்பட்டது அல்ல என்பது இங்கே தெளிவாகிறது.

அன்னையைச் சபித்த அருணன்!

நீண்ட நெடுங்காலத்திற்கு முன்னிருந்த பொற்காலத்தில், பிரஜாபதியாக இருந்தவனான தக்ஷனுக்கு இரு மகள்கள்[18] இருந்தனர். அந்தப் பெண்மக்கள் இருவரும் மிகுந்த அழகுடன் இருந்தனர். கத்ரு என்றும், வினதை என்றும் பெயர் கொண்ட அந்த இருவரும் பெருமுனிவரான கசியபருக்கு மனைவிகளாகினர். தமது மனைவியர்களான அந்த கத்ரு மற்றும் வினதையால் கசியபர் பெரும் இன்பத்தை அடைந்தார். மனம் நிறைவடைந்திருந்த அவர், அவர்கள் இருவருக்கும் வரம் தருவதாகச் சொன்னார். தங்கள் தலைவன், தாங்கள் விரும்பிய வரத்தைத் தருவதாகச் சொன்னது கேட்ட அந்த இருமனைவியரும் அகமகிழ்ந்தனர். கத்ரு, சம ஆற்றலைக் கொண்ட ஆயிரம் பாம்புகள் தனக்கு மகன்களாக வேண்டும் என்று விரும்பினாள். கத்ருவிற்கு அவளது கணவர் பல குழந்தைகள் பெறும் வரத்தைக் கொடுத்தார். வினதையோ, கத்ருவின் அந்த ஆயிரம் பிள்ளைகளின் வல்லமையை விஞ்சும் இரு மகன்கள் வேண்டும் என்று விரும்பினாள். அவளிடமும் கசியபர், "அப்படியே ஆகட்டும்" என்றார்.

---

18 மத்ஸ்ய புராணத்தின்படி, தக்ஷனுக்கு அவனது மனைவியான வீராணி மூலம் 62 மகள்கள் பிறந்தனர். அவர்களில் பத்து பேரை தர்மதேவனும், 13 பேரை கசியபரும், 27 பேரை சந்திரனும், 4 பேரை அரிஷ்டநேமியும், ஒருத்தியை காமனும், ஒருத்தியை சிவனும், இருவரை பிருகுவின் இரு மகன்களும், இருவரை அங்கீரசும், கிருசாஸ்வரும் திருமணம் செய்து கொண்டனர்.

வினதை தனது வேண்டுதல் நிறைவேறியதில் பெருமகிழ்ச்சி அடைந்தாள். ஆற்றலில் முதன்மையான இரு புதல்வர்களைப் பெற்று, தனது வரம் நிறைவடைந்தது என்று மனநிறைவு கொண்டாள். கத்ருவும் தனது வேண்டுதலான ஆயிரம் மகன்களை அடைந்தாள். "உங்கள் கருக்களைப் பத்திரமாகப் பார்த்துக் கொள்ளுங்கள்" என்று சொல்லிவிட்டு, வரத்தால் மகிழ்ந்த தனது மனைவியர் இருவரிடமும் விடைபெற்றுக் கொண்டு கானகத்திற்குச் சென்றார் கசியபர்.

வெகு காலத்திற்குப் பிறகு, கத்ரு ஆயிரம் முட்டைகளையும், வினதை இருமுட்டைகளையும் இட்டனர். அவர்களது பணிப்பெண்கள், அந்த முட்டைகளைத் தனியாக வெதுவெதுப்பான பாத்திரங்களில் வைத்தனர். ஐநூறு வருடங்கள் இப்படியே சென்றன. கத்ருவால் இடப்பட்ட ஆயிரம் முட்டைகளும் வெடித்து, குஞ்சுகள் பொரித்தன. ஆனால் வினதையின் இரட்டையர்களோ வெளிப்படவில்லை.

பொறாமையால் உந்தப்பட்ட வினதை, தனது முட்டையில் ஒன்றை உடைத்தாள். அப்போது, மேலே வளர்ச்சியடைந்து, கீழே வளர்ச்சியடையாத உடலுடனும், கால்கள் இல்லாமலும் இருந்த தன் மகனைக் கண்டாள். இதனால் அந்த முட்டையிலிருந்த அவளது மகன் கோபம் கொண்டு, "காலங்கனியும் முன்பே முட்டையை உடைத்ததால், நீ அடிமையாகச் சேவகம் செய்வாயாக. ஐநூறு வருடங்கள் பொறுத்திருப்பாயாக. உனது பொறுமையின்மையால் இன்னொரு முட்டையை உடைத்து அதை அழித்துவிடாதே. அதையும் பாதிவளர்ந்ததாய் ஆக்கிவிடாதே. அதிலிருந்துவரும் புகழ்பெற்ற பிள்ளையே உன்னை அடிமைத்தனத்திலிருந்து விடுவிப்பான். அந்தக் குழந்தை பலம்பெற முட்டையை ஐநூறு ஆண்டுகள் பத்திரமாகப் பாதுகாத்திருப்பாயாக" என்று தனது தாயான வினதைக்கு சாபமிட்டபடியே வானத்துக்குப் பறந்து சென்றான். இப்படிப் பிறந்த அந்த அருணனே காலையில் முதல் மணி நேரத்தில் தெரியும் சூரியனின் சாரதியாவான்!

அதன்பிறகு ஐநூறு ஆண்டுகள் கடந்ததும், மீதமிருந்த மற்றொரு முட்டையை உடைத்துக் கொண்டு, பாம்புகளை உண்பவனான கருடன் வெளிப்பட்டான். ஒளியைக் கண்டதுமே, வினதையின் மகனான அந்தக் கருடன் தனது தாயை விட்டுப் பிரிந்தான். பறவைகளின் தலைவனான அவன், பசியை உணர்ந்து கட்டளையிடுபவர்களில் சிறந்தவரான பிரம்மனால் தனக்கு ஒதுக்கப்பட்டிருக்கும் உணவைத் தேடி பறந்தான்.

ஆனால், கருடன் பிறப்பதற்கு ஐநூறு ஆண்டுகளுக்கு முன்பு, அருணன் பிறந்து, வினதையை விட்டுச் சென்ற பிறகு, அந்த இரு சகோதரிகளான கத்ருவும், வினதையும் ஒரு குதிரையைக் கண்டனர். தெய்வீகமானதும், அருள்நிறைந்ததும், அழியா இளமை கொண்டதும், படைப்புகளில் தலையாயப் படைப்பானதும், அடக்க முடியாத வீரியம் கொண்டதும், அனைத்து நற்குறிகளும் கொண்டதுமாக அந்தக் குதிரை அருளப்பட்டிருந்தது.

பாற்கடலைக் கடைந்த தேவாசுரர்கள்!

ஒளிக்குவியல் போன்று பிரகாசிப்பதும், மேரு என்றழைக்கப்படுவதுமான ஒரு மலை இருந்தது. அதன் சிகரங்களில் விழும் சூரிய ஒளியை அது தங்கம் போலப் பிரதிபலித்தது. தங்கத்தால் அலங்கரிக்கப்பட்டதும், மிக அழகானதுமான அந்த மலையில் தேவர்களும், கந்தர்வர்களும் திரிந்து வந்தனர். பாவங்கள் நிறைந்த மனிதர்களால் அந்த மலையை நெருங்கக்கூட முடியாது. பயங்கரமான விலங்குகள் அந்த மலையின் சாரலில் அலைந்து கொண்டிருந்தன. அம்மலை பல மூலிகைகளால் ஒளிவீசுவதாக விளங்கியது. அது சொர்க்கத்தை முத்தமிடுவது போன்ற உயரத்துடன், மலைகளிலேயே முதன்மையானதாக விளங்கியது. சாதாரண மக்கள் அந்த மலையில் ஏறச் சிந்தித்துக் கூடப் பார்க்க முடியாது. அது மரங்களாலும், அருவிகளாலும் அருளப்பட்டு, இனிய குரலில் மெல்லிசை பாடும் பறவைகளை எதிரொலித்துக்கொண்டு இருந்தது.

ஒருமுறை தேவர்கள் அந்த மலையின் சிகரத்திலே ரத்தினங்களால் அலங்கரிக்கப்பட்ட ஒரு சபையிலே அமர்ந்திருந்தனர். தவங்களைப் பயின்றவர்களும், அமுதத்திற்காக அற்புத நோன்பிருந்தவர்களுமான அவர்கள், அப்போது அமுதத்தை அடைய மிகுந்த ஆவலுடன் இருந்தனர். தேவர்களின் சபையானது கவலையில் இருப்பதைக் கண்ட நாராயணன், பிரம்மனிடம், "தேவர்களையும் அசுரர்களையும

கொண்டு பெருங்கடலைக் கடையச் செய்வீராக. அப்படிச் செய்தால், அதில் அமுதமும், மருந்துகளும், ரத்தினங்களும் கிடைக்கும்" என்று சொல்லிவிட்டுத் தேவர்களிடம், "தேவர்களே! கடலைக் கடையுங்கள், நீங்கள் அமுதத்தைக் கண்டடைவீர்கள்" என்றான்.

மேகம்போன்ற முகடுகளைக் கொண்டதும், மந்தரம் என்றழைக்கப்பட்டதுமான ஒரு மலை இருந்தது. அந்தச் சிறந்த மலையெங்கும் ஒன்றோடொன்று பின்னிக்கொண்ட மூலிகைகள் நிறைந்திருந்தன. எண்ணற்ற பறவைகள் தங்கள் மெல்லிசைகளை எழுப்பியும், விலங்குகள் இரையைத் தேடியும் அலைந்து கொண்டிருந்தன. தேவர்கள், அப்சரஸ்கள் மற்றும் கின்னரர்கள் அந்த இடத்திற்கு வந்து கொண்டிருந்தனர். பதினோராயிரம் யோஜனைகள் மேலெழுந்தவாறியும், அதே அளவு சம பங்கு கீழிறங்கியவாறும் அஃது இருந்தது. தேவர்கள் கடலைக் கடையும் மத்தாக அந்த மலையைப் பயன்படுத்த எண்ணி, அதைப் பெயர்த்தெடுக்க முயன்றுத் தோற்றனர். ஆகவே அவர்கள், ஒன்றாக அமர்ந்திருந்த விஷ்ணு மற்றும் பிரம்மனிடம், "இந்த மலையை எப்படிப் பெயர்த்தெடுப்பது என்று எங்கள் நன்மைக்காக ஆலோசனை வழங்குவீராக" என்று வேண்டினர்.

விஷ்ணுவும் பிரம்மனும் அதற்கு ஒப்புக் கொண்டனர். அந்தத் தாமரைக்கண்ணன், கடினமான அவ்வரும்பணியைப் பாம்புகளின் இளவரசனான அனந்தனுக்குக் கொடுத்தான். பலம்பொருந்தியவனும், திருமாலின் படுக்கையாக இருப்பவனுமான ஆதிசேஷன் என்ற அந்தப் பாம்பு, பிரம்மனாலும், நாராயணனாலும் இவ்வாறு அறிவுறுத்தப்பட்டு, அந்தமலையை, அதன்கானகங்களுடனும், அவற்றில் வசித்த உயிர்களுடனும் பெயர்த்தெடுத்தான். தேவர்கள், கடலின் கரைக்கு அனந்தனுடன் வந்து, பெருங்கடலிடம், "பெருங்கடலே! நாங்கள் உன்னைக் கடைந்து, அமுதத்தை எடுக்க வந்துள்ளோம்" என்றனர். அதற்கு அந்தப் பெருங்கடல், "அப்படியே ஆகட்டும்,

ஆனால் கிடைப்பனவற்றில் எனக்கும் பங்கு வேண்டும். கடையும்போது, அந்த மலையின் சுழற்சியால் ஏற்படும் கலக்கத்தை என்னால் தாங்கிக் கொள்ள முடியும்" என்றது. அதன்பிறகு தேவர்கள், திருமாலின் கூர்ம அவதாரமான ஆமை மன்னனிடம் சென்று, "ஆமை மன்னா! நீ மந்தர மலையை உன் முதுகில் தாங்கிக் கொள்ள வேண்டும்" என்றனர். ஆமை மன்னனும் அதற்கு ஒப்புக்கொண்டதால், இந்திரன் அந்த மலையை ஆமையின் முதுகில் வைக்கச் செய்தான்.

தேவர்களும் அசுரர்களும் மந்தர மலையை மத்தாக வடித்து, வாசுகியை கயிறாகப் பயன்படுத்தி, அமுதத்துக்காக அந்தக் கடலைக் கடையத் தொடங்கினர். அசுரர்கள் வாசுகியின் தலைப் பக்கம் பிடித்துக் கொண்டனர், தேவர்களோ அவனது வால்பக்கம் பிடித்துக் கொண்டனர். அனந்தன், தேவர்களின் பக்கம் நின்று தேவர்களின் நன்மைக்காக வாசுகியின் தலையை உயர்த்துவதும், திடீரெனத் தாழ்த்துவதுமாக இருந்தான். தேவர்களும் அசுரர்களும் இழுத்த இழுப்பில், வாசுகியின் வாயிலிருந்து கரும்புகை நெருப்புடன் வெளிப்பட ஆரம்பித்தது. அந்தப் புகை மேகமாக மாறி, இடி மின்னலுடன் கூடிய மழையைப் பொழிந்து களைத்துப் போன தேவர்களுக்குப் புத்துணர்ச்சி கொடுத்தது. மத்தாகச் சுழன்ற மந்தர மலையில் இருந்து அனைத்துப் பக்கங்களிலும் விழுந்த மலர்களும் அவர்களுக்கு உற்சாகத்தைக் கொடுத்தன.

அப்போது, கடலில் இருந்து கடுமையான ஒரு முழக்கம் கேட்டது. அ்து ஊழிக் காலத்தில் மேகங்கள் இடும் முழக்கத்திற்கு ஒப்பானதாக இருந்தது. அந்தப் பெரிய மலையின் சுழற்சியால் பெரிய நீர் விலங்குகள் அந்த உப்பு நீரிலேயே தங்கள் உயிரை விட்டன.

பாதாள உலகில் வசிப்பவர்களும், வருணனின் உலகில் வசிப்பவர்களும் கொல்லப்பட்டனர். அவ்வாறு அந்த மந்தர மலை சுழன்று கொண்டிருக்கும்போது அதன் மீதிருந்து

பறவைகளுடன் கூடிய பெரிய மரங்களும் வேருடன் பிடுங்கப்பட்டு நீருக்குள் விழுந்தன. மேலும் பல மரங்கள் ஒன்றோடொன்று உராய்ந்து அவ்வப்போது நெருப்பை உண்டாக்கின. அப்போது அந்த மலை மின்னலுடன் கூடிய கருமேகம் போல் காட்சியளித்தது. நெருப்புப் பரவி சிங்கங்களும், யானைகளும், மற்ற உயிரினங்களும் அதில் சாம்பலாகின. பிறகு இந்திரன் பெரும் மழையைப் பொழிந்து அந்த நெருப்பை அடக்கினான்.

இப்படியே கடைந்துகொண்டு சிலகாலம் ஆனதும், மரங்களின் பாலும் அமுதத்தின் தன்மை கொண்ட மூலிகைகளும் ஒன்றாகக் கலந்து அந்தக் கடலில் கலந்தன. தேவர்கள், அந்தக் கூழுடனும், தங்கச்சாற்றுடனும் கலந்த நீரைக் குடித்தே அமரத்துவம் அடைந்தனர். இவ்வாறு கொந்தளித்துக் கொண்டிருந்த கடலின் பால் போன்ற நீர் நன்றாகக் கடையப்பட்டு அந்தக் கூழான சாற்றின் தன்மையால் தெளிந்த நெய்யைப் போன்று காட்சியளித்தது. ஆனால் அப்போதும் அமுதம் தோன்றவில்லை. தன் ஆசனத்தில் அமர்ந்திருந்த வரங்கொடுக்கும் பிரம்மன் முன்பு தேவர்கள் வந்து, "தகப்பனே, நாங்கள் களைப்படைந்தோம். மேலும் கடைவதற்கு எங்களிடம் பலம் இல்லை. அமுதம் இன்னும் உதிக்கவில்லை. எங்களுக்கு வேறு வழியில்லை. நாராயணனைத் தவிர எங்களுக்கு உதவுபவர் வேறு ஒருவருமில்லை" என்றனர்.

இதைக் கேட்டதும் பிரம்மன், நாராயணனிடம், "நாராயணா! மீண்டும் கடலைக் கடைவதற்கான பலத்தை தேவர்களுக்கு அருள்வாயாக" என்றான். பிறகு நாராயணன் அவர்களது பல்வேறு வேண்டுதல்களை நிறைவேற்ற உறுதிகூறி, "ஞானமுள்ளவர்களே, போதிய பலத்தை உங்களுக்குத் தருகிறேன். போய் மலையை மீண்டும் சரியான இடத்தில் வைத்து நீரைக் கடையுங்கள்" என்றார். அப்படிப் பலத்தை மீண்டும் பெற்ற தேவர்கள் திரும்பவும் பாற்கடலைக் கடையத் தொடங்கினர். சிறிது காலத்திற்குப் பிறகு

ஆயிரங்கதிர்களுடன் கூடிய மென்மையான சந்திரன் கடலில் இருந்து உதித்தான். வெண்மையான உடையுடன் லட்சுமியும், அதன் பிறகு சோமமும், அதன்பிறகு வெள்ளைக் குதிரையும், அதன்பிறகு நாராயணனின் மார்பை அலங்கரிக்கும் தெய்வீக ரத்தினமான கௌஸ்துபமும் வெளிப்பட்டன.

இவ்வாறு பாற்கடலில் உதித்த லட்சுமி, சோமன், மனத்தின் வேகங்கொண்ட குதிரை என அனைவரும், மகிழ்ச்சியுடன் இருந்த தேவர்கள் முன்னிலையில் வந்தனர். அதன்பிறகு அமுதம் கொண்ட வெள்ளைப் பாத்திரத்தோடு தன்வந்தரி உதித்தான். அவனைப் பார்த்துமே, அசுரர்கள் "அஃது எங்களுடையது" என்று பெரிதும் கூச்சலிட்டனர். நீண்ட நேரத்திற்குப் பிறகு, சிறந்த யானையான ஐராவதன், இரு ஜோடி வெள்ளைத் தந்தங்களுடனும், பெருத்த உடலுடனும் தோன்றினான். அவனை இடிக்குத் தலைவனான இந்திரன் எடுத்துக்கொண்டான். கடைதல் நடந்து கொண்டே இருந்தது. இறுதியாக ஹாலாஹலம் என்ற நஞ்சு வெளிப்பட்டது. புகை கலந்த நெருப்புடன் கூடிய அஃது உலகத்தையே விழுங்கிவிடுவது போலத் தகித்தது. பயத்தைத் தரும் ஹாலாஹலத்தின் மணத்தை நுகர்ந்தே மூன்று உலகங்களும் உணர்விழந்தன.

படைக்கப்பட்டவற்றின் பாதுகாப்புக்காக, பிரம்மனின் வேண்டுகோளுக்கிணங்க சிவன் அந்த நஞ்சை எடுத்து விழுங்கினான். தெய்வீகமானவனும் மகேஸ்வரனுமான சிவன், அந்த நஞ்சைத் தனது தொண்டையில் நிறுத்தினான். ஆகையால் அதுமுதல் அவன் நீலகண்டன் என அழைக்கப்படுகிறான் என்று சொல்லப்படுகிறது. இந்த அற்புதமான நிகழ்வுகள் அனைத்தையும் கண்ட அசுரர்கள் நம்பிக்கையிழந்தனர். அமுதத்தையும், லட்சுமியையும் பெற தேவர்களைப் பகைத்துக் கொள்ளத் தயாராகினர். அந்நேரத்தில் நாராயணன் தனது மயக்கும் மாய சக்தியின் உதவியால் மதியைக் கவரும் பெண்ணுருக் கொண்டு தானவர்களிடம் இதமான காதல் மொழி பேசினான்.

தானவர்களும், தைத்தியர்களும் அந்த மங்கையின் பேரழகினாலும், கவர்ச்சியாலும் மயக்கப்பட்டு, மதியிழந்து அனைவரும் சேர்ந்து அந்த அமுதத்தை அந்த அழகு மங்கையின் கையிலேயே கொடுத்தனர்.

அமுதத்துக்காகத் தேவாசுரப் போர்!

கசியபர்,தக்ஷனின் பதிமூன்று மகள்களை மணந்திருந்தார். அவர்களில் திதி என்பவளுக்கும் கசியபருக்கும் பிறந்த பிள்ளைகளான தைத்தியர்களும், தனு என்பவளுக்கும் கசியபருக்கும் பிறந்த பிள்ளைகளான தானவர்களும் முதல்தரமான கவசங்களை அணிந்துகொண்டு, அதிதி என்பவளுக்கும் கசியபருக்கும் பிறந்த பிள்ளைகளான தேவர்களை ஆயுதங்களால் தாக்கினர். அந்த நேரத்தில் துணிவுள்ள தலைவனான விஷ்ணு, கவர்ச்சியான பெண்ணுருக் கொண்டு நரனுடன் சேர்ந்து தானவர்களின் கைகளிலிலிருந்து அமுதத்தைப் பறித்தான். பேரச்சத்தை உண்டாக்கக்கூடிய அந்த நேரத்தில் தேவர்கள் அமுதத்தை ஆவலுடன் விஷ்ணுவிடம் இருந்து பெற்றுக் குடித்தனர். தாங்கள் பெரிதும் விரும்பிய அமுதத்தைத் தேவர்கள் பருகிக் கொண்டிருக்கையில், ராகு என்ற தானவனும், தேவ வேடம் பூண்டு அமுதத்தைக் குடித்துக் கொண்டிருந்தான். அது ராகுவின் தொண்டைக்குள் செல்லும்போது, சூரியனும், சந்திரனும் தேவர்களிடம் அவனைக் காட்டிக் கொடுத்தனர்.

உடனே, அமுதத்தை அனுமதியின்றிப் பருகிய அந்தத் தானவனின் அலங்காரமான தலையைச் சக்கர ஆயுதத்தால் நாராயணன் வெட்டினான். அப்படிச் சக்கர ஆயுதத்தால் வெட்டுண்டதும், மலைமுகட்டை ஒத்திருந்த அந்தத் தானவனின் பெரிய தலையானது, வானத்தில் எழுந்து

பயங்கரமாகக் கதறியது. அந்தத் தானவனின் தலையற்ற உடல் பூமியில் விழுந்து உருண்டதால், மலைகளுடனும், கானகங்களுடனும், தீவுகளுடனும் இருந்த பூமி நடுங்கியது. அச்சமயத்திலிருந்து ராகுவின் தலைக்கும் சூரிய சந்திரர்களுக்கும் நெடுநாளாக தீராப்பகை இருந்து வருகிறது. இந்த நாள்வரை ராகு சூரியனையும், சோமனையும் சூரிய சந்திர கிரகணங்களின் போது விழுங்கி வருகிறான். அதன் பிறகு நாராயணன், தனது கவர்ச்சிகரமான பெண்ணுருவை விடுத்து, பல ஆயுதங்களைத் தானவர்கள் மீது வீசி அவர்களை நடுங்கச் செய்தான். அப்படியே அந்த உப்புநீர் கடற்கரையில், தேவர்களுக்கும் அசுரர்களுக்கும் இடையில் பயங்கரமானப் போர் மூண்டது.

சூரிய ஈட்டிகளும், தோமரங்களும் பலவிதமான ஆயுதங்களும் அனைத்து பக்கங்களிலும் ஆயிரக்கணக்கில் வீசப்பட்டன. சக்கராயுதத்தால் தாக்கப்பட்டும், வாள், கணைகள், கதாயுதங்கள் இவற்றால் புண்பெற்றும் பெரும் எண்ணிக்கையிலான அசுரர்கள் இரத்தம் கக்கிப் பூமியில் நெடுஞ்சாண்கிடையாக விழுந்தார்கள். இருபுறமும் கூரான வாட்களால் வெட்டப்பட்டு அசுரர்களின் உடல்களிலிருந்து, பிரகாசமாகத் தங்கத்தால் அலங்கரிக்கப்பட்டிருந்த அவர்களின் தலைகள் போர்க்களத்தில் தொடர்ந்து விழுந்த வண்ணம் இருந்தன. வல்லமை பொருந்திய அசுரர்கள், உடல் ரத்தத்தால் நனைக்கப்பட்டு எங்கும் இறந்து கிடந்தனர். அது பார்ப்பதற்குச் சிவப்பு நிற மலை முகடுகள் எங்கும் சிதறிக் கிடப்பது போல் இருந்தது. பெரும் ஒளிவீசியபடி சூரியன் உதித்ததும் ஆயிரமாயிரம் வீரர்கள் ஆயுதங்களுடன் மோதிக்கொண்டனர். எங்கும் துன்ப கூக்குரல்கள் கேட்டன. தூரத்தில் இருந்து மோதிக் கொள்பவர்கள் இரும்பாலான ஏவுகணைகளைக் கொண்டு ஒருவரையொருவர் கீழே சாய்த்தனர். அருகில் இருந்து மோதிக் கொள்பவர்கள் கைமுட்டிகளின் குத்துக்களால் ஒருவரை மற்றவர் சாய்த்தனர். அங்குக் காற்றில் துன்ப ஒலிகளே நிறைந்திருந்தன. 'வெட்டு',

'குத்து', 'அவனை விடாதே', 'சாய்த்திடு', 'முன்னேறு' என்ற அலறல்கள் எப்போதும் கேட்டுக்கொண்டே இருந்தன.

இப்படிப் போர் மூர்க்கமான முறையில் நடந்து கொண்டிருக்கையில், நரனும், நாராயணனும் களத்தில் இறங்கினர். நரனின் கைகளில் தெய்வீகமான வில்லைக் கண்ட நாராயணன், தானவர்களை அழிக்கும் தனது ஆயுதமான சக்கராயுதத்தை மனத்தில் நினைத்தான். எதிரிகளை அழிப்பதும், அக்னியையொத்த ஒளிகொண்டதும், போர்க்களத்தில் பயங்கரமானதுமான அந்தச் சுதர்சனச் சக்கரம், நினைத்த மாத்திரத்தில் வானிலிருந்து வந்தது. சுதர்சனம் வந்ததும், பெரும் ஆற்றலுடையவனும், யானையின் துதிக்கைப் போன்ற கைகளையுடையவனுமான நாராயணன், இயல்புக்கு மீறிய காந்தியுடையதும், எரியும் தீயைப் போன்றதும், பயங்கரமானதும், எதிரிகளின் நகரங்களை அழிக்க வல்லதுமான அந்த ஆயுதத்தைப் பெரும் வேகத்தோடு வீசினான். யுக முடிவின் போது நெருப்பு எப்படி அனைத்தையும் உட்கொள்ளுமோ அப்படி, தீப்போன்று ஒளிர்ந்த அந்தச் சக்கரம் நாராயணனால் வேகமாக வீசப்பட்டவுடன் தொடர்ந்து எல்லா இடங்களிலும் விழுந்து தைத்தியர்களையும், தானவர்களையும் ஆயிரக்கணக்கில் எரித்தது. சில நேரம் தீப்போல எரிந்து அவர்களை உட்கொண்டது, சில நேரம் வானிலிருந்து இறங்கிவந்து தாக்கியது, சில நேரம் பூதத்தைப் போல அவர்களின் உயிரைக் குடித்தது.

மறுபுறத்தில் பெரும்பலம் பொருந்தியவர்களும், நெஞ்சுறுதி கொண்டவர்களுமான தானவர்கள், மழை பொழிந்த வெண்ணிற மேகங்களைப் போல் வானில் கிளம்பி, ஆயிரக்கணக்கான மலைகளை வீசி தேவர்களைத் தொடர்ந்து துன்புறுத்தினர். மரங்களுடையதும், சமமான சிகரங்களுடையதுமான அந்தப் பயங்கரமான மலைகள், வானிலிருந்து விழும்போது ஒன்றோடொன்று மோதிக்கொண்டு பெறும் உறுமல் ஒலியை உண்டாக்கின.

ஆயிரக்கணக்கான வீரர்கள் இடைவெளியின்றிக் கூச்சலிட்டதாலும், மலைகள் அதிலிருக்கும் காடுகளுடன் கீழே விழுந்ததாலும், காடுகளுடன் கூடிய பூமியானது நடுங்கிற்று. இவ்வாறு கணங்களும்[19] அசுரர்களும் மோதிக்கொண்டிருக்கையில் அங்கே தோன்றிய நரன், தனது பொன்தலைக் கணைகளால் அந்த மலைகளைத் தூள் தூளாக்கி சொர்க்கத்தைப் புழுதியால் மறைத்தான். இப்படித் தேவர்களால் இன்னலுக்கு உள்ளாக்கப்பட்டதாலும், குழப்பப்பட்டதாலும் சீற்றமிகுந்த சக்கரமானது சொர்க்கத்தின் பகுதிகளையும் எரிகின்ற தழல் போலக் கடலைக் கலங்கடித்து அழுக்ககற்றி வருவதாலும், வலிமை வாய்ந்த தானவர்கள் பூமியின் குடலுக்குள்ளும்[20], உப்பு நீர் கடலிலும் புகுந்தனர். வெற்றியடைந்த தேவர்கள், மந்தர மலைக்குத் தக்க மரியாதைகள் செய்து, அதை முன்பு இருந்த பழைய அடித்தளத்திலேயே மீண்டும் நிறுவினர். அமுதுண்ட தேவர்கள் தங்கள் உற்சாகக்குரலால் தேவலோகத்தை எதிரொலிக்கச் செய்து விட்டு அவரவர் இருப்பிடத்திற்குச் சென்றனர். தேவர்கள் தேவலோகத்திற்கு வந்து உற்சாகமாக இருந்தனர். இந்திரனும் பிற தேவர்களும் அமுதத்தைப் பத்திரமாகப் பாதுகாக்கும் பொறுப்பை நாராயணனிடம் கொடுத்தார்கள்.

---

19 ருத்ரனைப் பின்தொடரும் தொண்டர்கள்.

20 பாதாளத்திற்குள்ளும் என்று பொருள்.

தாய் கத்ருவிடம் பாம்புகள் பெற்ற சாபம்!

இப்படி அமுதம் கடையப்பட்டபோது தேவர்களுக்குக் கிடைத்த இந்தக் குதிரையைத்தான் அப்போது கத்ருவும், வினதையும் கண்டனர். அதைக் கண்டதும் கத்ரு, வினதையிடம், "மனதிற்கினிய சகோதரி, அதிக நேரம் எடுத்துக் கொள்ளாமல் உச்சைஸ்ரவம் எந்நிறம் கொண்டது என்பதை சொல்வாயாக" என்று கேட்டாள். வினதை, "அந்தக் குதிரைகளின் இளவரசன் நிச்சயமாக வெண்மையானவன்தான். நீ என்ன நினைக்கிறாய் சகோதரி? இது குறித்து நமக்குள் ஒரு பந்தையம் வைத்துக் கொள்வோம்" என்றாள். அதற்கு கத்ரு "இனிமையாகப் புன்னகைக்கும் வினதையே, அக்குதிரையின் வால்பகுதி கருப்பு என்று நான் நினைக்கிறேன். அழகானவளே, யார் தோற்கிறார்களோ அவர்கள் வெல்பவர்களுக்கு அடிமை என்று பந்தயம் வைத்துக் கொள்வோம்" என்றாள் கத்ரு.

இப்படியே ஓர் அடிமையாகத் தாழ்ந்த வேலை செய்ய ஒருவருக்கொருவர் பந்தயம் கட்டிக் கொண்ட அந்தச் சகோதரிகள், அடுத்த நாள் அந்தக் குதிரையை ஆராய்ந்து நிறைவு கொள்ளத் தீர்மானித்து வீட்டுக்குச் சென்றனர். கத்ரு, தனது சகோதரியான வினதையை ஏமாற்ற எண்ணங்கொண்டும், தான் அடிமையாகாமல் இருக்கும் பொருட்டும், பாம்புகளான தன் ஆயிரம் மகன்களிடமும்,

"வேகமாகச் சென்று அந்தக் குதிரையின் வால்பகுதியில் கருமையான முடிகளாக மாறி இருப்பீர்களாக" என்று பணித்தாள். ஆனால் கத்ருவின் மக்களாகிய அந்தப் பாம்புகள், அவள் பணித்த வேலைக்குப் பணிய மறுத்தனர்.

அதனால் கத்ரு அந்தப் பாம்புகளை நோக்கி, "பாண்டவப் பரம்பரையில் வருபவனும், விவேகமுள்ளவனுமான மன்னன் ஜனமேஜயன் நடத்தும் பாம்பு வேள்வியில், அக்னி உங்கள் அனைவரையும் உட்கொள்வானாக" என்று சபித்தாள். விதிவசத்தால், கத்ரு இப்படி மிகக்கொடூரமான சாபத்தை இடுவதைப் பெருந்தகப்பன் பிரம்மனும் கேட்டான். பாம்புகளின் எண்ணிக்கை மிக அதிகமாகப் பெருத்திருப்பதைக் கண்டும், மற்ற உயிரினங்களின் நன்மைக்காகவும் கத்ருவின் இந்தச் சாபத்தைத் தேவர்கள் அனைவருடன் சேர்ந்து அவனும் அங்கீகரித்தான்.

பாம்புகள் மிகுந்த நச்சுத்தன்மையுடனும், பெரும் சக்தியுடனும், அதிகப் பலத்துடனும், எப்போதும் மற்ற உயிரினங்களைக் கடிக்கும் எண்ணத்துடன் இருப்பதாலும், பிற உயிர்களின் நன்மைக்காகவும், எல்லா உயிரினங்களையும் இழிவாக நடத்தும் அவற்றுக்கு, அவற்றின் தாயின் செய்கையானது பொருத்தமானதே. விதியானது மற்ற உயிரினங்களின் மரணத்தை விரும்புபவர்களுக்கு மரணத்தையே தண்டனையாகத் தரும். இவ்வாறெல்லாம் தங்கள் எண்ணங்களைப் பகிர்ந்துகொண்ட தேவர்கள் கத்ருவின் சாபத்தை அங்கீகரித்தனர்.

பிரம்மன் கசியபரை தன்னிடம் அழைத்து, "அனைவரையும் வெல்லக்கூடியவனே, தூய்மையானவனே, நீ பெற்றெடுத்த இந்தப் பாம்புகள் பெரும் உடலுடனும், கடுமையான விஷத்துடனும் இருக்கின்றன. எப்போதும் பிற உயிர்களைக் கடிக்கும் எண்ணங்கொண்ட இந்தப் பாம்புகள் தங்கள் தாயால் சபிக்கப்பட்டுள்ளன. மகனே, அதற்காக வருந்தாதே. பாம்பு வேள்வியில், பாம்புகளின் அழிவு என்பது முன்பே

நிர்ணயிக்கப்பட்டதுதான்" என்று சமாதானம் சொன்னான். பிறகு, உலகைப் படைத்த அந்தத் தெய்வீகமான பிரம்மன், கடும் விஷத்தை முறிக்கும், விஷமுறிவு ஞானத்தை கசியபருக்கு உபதேசித்தான்.

கத்ருவும் வினதையும் கடலைக் கடந்தனர்!

இரவு கழிந்து, காலையில் சூரியன் உதித்ததும், சகோதரிகளான கத்ரு மற்றும் வினதை ஆகிய இருவரும், தோற்றால் அடிமையாவதாகப் பந்தயம் கட்டிக் கொண்டு, பொறுமையின்மையால் அந்த குதிரை உச்சைஸ்ரவஸை அருகில் காண அவசரமாகச் சென்றனர். வழியில் அவர்கள் பெருங்கடலைக் கண்டனர். வெகு அகலமானதாகவும், ஆழமானதாகவும், கடக்கமுடியாததாகவும் இருந்த அந்தப் பெரும் நீர்க்கொள்ளிடம், உருண்டு கொண்டு, பயங்கரமாக உறுமிக் கொண்டு இருந்தது. ஆழமறிய முடியாததாக, எல்லையற்றதாக, மிகப் பரந்ததாக, அளவிட முடியாததாக, ஆறுகளுக்கு அரசனாக அந்தப் பெருங்கடல் இருந்தது. கடல் எனும் தங்கள் கணவன் மீது காதல் வலைவீசும் சக்களத்திகளைப் போலச் செருக்கு நடை கொண்டவையும், கடலைச் சந்திக்கும் ஆவலில் பிற ஆறுகளை தடுத்தவையுமான ஆயிரக்கணக்காகப் பெரிய ஆறுகள் அந்தக் கடலுக்குள் விரைவதை கத்ருவும், வினதையும் கண்டனர்.

தங்கள் தாயான கத்ருவின் ஆசை நிராசையானால், அவள் தங்கள் மீது வைத்திருக்கும் பாசத்தைத் துறந்து தங்களை எரித்துவிடுவாளோ என்ற அச்சத்தில், பாம்புகள் தங்களுக்குள் கலந்து பேசி, அவளது ஆணையை நிறைவேற்றுவது என்று முடிவு செய்தனர். மற்றொருபுறம், அவள் கருணை

தங்களுக்குக் கிடைக்குமானால், தங்களைச் சாபத்திலிருந்து விடுவிப்பாள் என்ற எண்ணத்தில், "நாம் நிச்சயமாகக் குதிரையின் வாலைக் கருப்பாக்குவோம்" என்று சொல்லின. பிறகு அந்தப் பாம்புகள் சென்று குதிரையின் வாலின் முடிகளாக மாறின.

பந்தயம் கட்டிக்கொண்ட அந்தச் சக்களத்திகளும், தக்ஷனின் மகள்களும், சகோதரிகளுமான கத்ரு மற்றும் வினதை ஆகிய இருவரும், கடலின் அக்கரையைக் காண வான் வெளியில் மகிழ்ச்சியுடன் விரைந்தனர். அப்படிச் செல்லும்போது, எளிதாகக் கலங்கடிக்கப்பட முடியாத அந்த நீர்க்கொள்ளிடமானது, திடீரென்று வலிமைமிகுந்த காற்றால் அசைக்கப்பட்டுப் பேரொலியுடன் கர்ஜிப்பதைக் கண்டனர். திமிங்கலங்களையே விழுங்கும் பெரிய மீன்கள், மகரங்கள், ஆயிரக்கணக்கான வெவ்வெறு வடிவங்களிலாலான பல்வேறு உயிரிகளுடன், கொடுமையான பெரும் விலங்குகளுடன் அச்சத்தைத் தருவதாக, அணுக முடியாத ஆழத்தோடு பயங்கரமாக, எல்லா வகையான ரத்தினங்களின் சுரங்கமாக, வருணனின் இல்லமாக, நாகர்களின் வசிப்பிடமாக, ஆறுகள் அனைத்திற்கும் அரசனாக, பூமிக்கடியில் உள்ள நெருப்பின் இருப்பிடமாக, அசுரர்களுக்கு வசிப்பிடமாக, எல்லாப் பயங்கரமான உயிரினங்களுக்கும் இருப்பிடமாக, நீர்க்களஞ்சியமாக, நறுமணம் மிக்கதாக, அற்புதமானதாக, தேவர்களுடைய அமுதத்தின் ஊற்றாக, அளக்கமுடியாததாக, புத்திக்கு எட்டாததாக, புனிதமான நீரைக் கொண்டதாக, ஆயிரக்கணக்கான பெரிய ஆறுகளின் நீரினால் விளிம்பு வரை நிறைந்திருந்ததாக, அலைகள் நாட்டியமாடிக்கொண்டிருந்த, கடலை அவர்கள் கண்டனர். புரளும் அலைகளுடன் விண்ணைப் போல் பெரும்பரப்புக் கொண்டதாக, ஆழமானதாக, பூமிக்கடியில் உள்ள நெருப்பினால் சுடர்மேனி கொண்டதாக, கர்ஜனை செய்வதாக இருந்த அந்தக் கடலைச் சகோதரிகள் இருவரும வேகமாகக் கடந்தனர்.

பிறந்தான் கருடன்!

கடலைக் கடந்ததும், துரிதமான வேகம் கொண்ட கத்ரு தன் சகோதரி வினதையுடன் குதிரைக்கு அருகில் இறங்கினாள். அவர்கள் இருவரும் வேகமாக ஓடக்கூடிய குதிரைகளில் முதன்மையான அந்த உச்சைஸ்ரவஸ், சந்திரக்கதிர்களைப் போல உடல் முழுவதும் வெள்ளையாகவும், வாலில் கருமுடிகளுடன் இருந்ததையும் கண்டனர். குதிரையின் வாலில் நிறையக் கருமுடிகள இருப்பதைச் சுட்டிக்காட்டிய கத்ரு, மிகவும் வாட்ட முற்றிருந்த வினதையைத் தனது அடிமையாக்கிக் கொண்டாள். இப்படிப் பந்தயத்தில் தோற்று, அடிமைத்தனத்திற்குள் தான் புகுந்துவிட்டதை எண்ணி வினதை மிகவும் வருந்தினாள்.

ஐநூறு வருடங்களுக்குப் பிறகு, தன் விருப்பப்படியே நினைத்த உருவெடுக்க வல்லவனும், நினைத்த இடத்திற்குச் செல்லத் தகுந்தவனும், நினைத்த அளவிற்கு சக்தியைப் பெருக்கிக் கொள்ளத் தக்கவனும், காந்தி மிக்கவனும், பலசாலியுமான அந்தப் பெரும்பறவையான கருடன், அவனது நேரம் வந்தவுடன், அண்டத்தின் அனைத்து புள்ளிகளையும் பிரகாசப்படுத்திக் கொண்டு, தாயின் உதவியில்லாமல் முட்டையை உடைத்துக் கொண்டு வெளிவந்தான். நெருப்புக் குவியல் போன்ற ஒளியுடன் அவன் பயங்கரமாகப் பிரகாசித்தான். மின்னலைப் போன்ற பார்வையுடனும், யுக முடிவின் நெருப்புக்கு ஒப்பான காந்தியுடனும், இருந்த

அந்தப் பறவையான கருடன், பிறந்தவுடனேயே வேகமாக வளர்ந்து, உருவத்தைப் பெருக்கிக் கொண்டு வானத்தில் பறந்தான்.

மூர்க்கமாகவும், பெரும் உணர்ச்சியுடனும் கர்ஜனை செய்த அவன் கடல் நெருப்பான வடவாக்னியையைப்போல அச்சந்தரும் வகையில் தோன்றினான். கருடனைக் கண்ட அனைத்துத் தேவர்களும் அச்சமுற்று, அக்னி தேவனிடம் பாதுகாப்பை வேண்டினர். அவர்கள் தன் ஆசனத்தில் அமர்ந்திருந்தவனும், பல வடிவங்களைக் கொண்டவனுமான அந்தத் தேவனிடம் பணிந்து, இந்த வார்த்தைகளைச் சொன்னார்கள், "அக்னி தேவா, உன் உடலை பெருக்காதே, எம்மை உட்கொண்டு விடுவாயோ? இதோ இந்தப் பெருங்குவியலான தழல்கள் அகலமாகப் பெருகிக் கொண்டே வருகின்றனவே" என்றனர்.

அதற்கு அக்னி, "அசுரர்களைத் துன்புறுத்துபவர்களே, இது நீங்கள் நினைப்பது போலல்ல. இவன் பெரும்பலம் வாய்ந்தவன். ஒளியில் என்னை ஒத்திருப்பவன்; பெரும் சக்தி படைத்தவன்; வினதையின் மகிழ்வைப் பெருக்கப் பிறந்தவன். நீங்கள் காணும் பிரகாசமான ஒளிக்குவியல் உங்களுக்குள் இந்த மயக்கத்தை ஏற்படுத்தியிருக்கிறது. இவன் கசியபரின் பெரும்பலம் பொருந்திய மகன்; நாகங்களை அழிப்பவன்; தேவர்களின் நன்மையில் ஈடுபடுபவன், தைத்தியர்களுக்கும், ராட்சசர்களுக்கும் எதிரியானவன். இவனைக் கண்டு சிறிதும் அஞ்சாதீர்கள். என்னுடன் வந்து பாருங்கள்" என்று தேவர்களுக்குச் சொன்னான்.

தேவர்கள், கருடனைத் தூரத்தில் இருந்தே பார்த்து, "முனிவன் நீயே, வேள்விகளில் கிடைக்கும் அவிர்பாகத்தில் பெரும்பகுதியை பகிர்பவன் நீயே, எப்போதும் பிரகாசிப்பவன் நீயே, அசைவன, அசையாதன ஆகியவற்றின் தலைவன் நீயே, அனைத்தையும் அழிப்பவன் நீயே, அனைத்தையும் படைப்பவன் நீயே, ஹிரண்யகர்பன் நீயே, தட்சனாகவும், பிரஜாபதிகளாகவும் அனைத்தையும் படைப்பவன் நீயே,

இந்திரன் நீயே, குதிரை முகம் கொண்ட விஷ்ணுவான ஹயக்ரீவன் நீயே, கணை நீயே, நான்முகம் படைத்த பத்மஜனான பிரம்மன் நீயே, பிராமணன் நீயே, அக்னி நீயே, பவனன் நீயே. அறிவு நீயே, எங்களை மயக்கும் மாயை நீயே, ஊடுருவும் ஆவி நீயே, தேவர்களுக்குத் தேவன் நீயே, பெரிய உண்மை நீயே, அச்சமற்றவன் நீயே, என்றும் மாறுதலில்லாதவன் நீயே, குணங்களற்ற பிரம்மம் நீயே, கதிரவனின் சக்தி நீயே, சித்தத்தின் செயல்கள் நீயே, எங்கள் காப்பாளன் நீயே, தெய்வீகங்களின் கடல் நீயே, புனிதமானவன் நீயே, அறியாமை இருளின் தன்மைகளற்றவன் நீயே, உயர்ந்த ஆறு குணங்களின் சொந்தக்காரன் நீயே, எங்களால் போட்டிகளில் வெல்லப்படமுடியாதவன் நீயே, உன்னிலிருந்தே எல்லாம் உற்பத்தியாயிற்று, அற்புதமான செயல்கள் செய்பவன் நீயே, இருந்தவை இல்லாதவை எல்லாம் நீயே, தூய அறிவு நீயே, கதிரவன் தன் கதிர்களால் ஒளி தருவது போல, எங்களுக்குக் காட்சி தருபவன் நீயே, அண்டத்திலுள்ள உயிருள்ளவை, உயிரற்றவை எல்லாம் நீயே, சூரியனின் ஒளியை மறைப்பவன் நீயே, அனைத்தையும் அழிப்பவன் நீயே, அழிவது அழியாதது எல்லாமும் நீயே.

ஒளிரும் அக்னியே! கதிரவன் கோபத்தால் உயிரினங்கள் அனைத்தையும் சுட்டெரிப்பதைப் போல, அனைத்தையும் எரிப்பவன் நீயே, பயங்கரமானவனே, பிரளயத்தில் நெருப்பால் எல்லாம் அழிந்தாலும் அழியாதவன் நீயே. விண்ணில் உலவும் பலம்பொருந்திய கருடா, எங்கள் பாதுகாப்பை உன்னிடம் வேண்டுகிறோம். பறவைகளின் மன்னா!, இயல்புக்கு மீறிய சக்தியும், நெருப்புக்கு நிகரான காந்தியும் கொண்டு, இருள் அணுகமுடியாத மின்னலைப் போலப் பிரகாசிப்பவன் நீயே, மேகங்களைத் தொடுபவன் நீயே, காரணமும் காரியமும் நீயே, வரங்களைத் தருபவனும், வெல்ல முடியாத வீரத்தைக் கொண்டவனும் நீயே, தேவனே புடம்போட்ட தங்கம்போல இந்த அண்டமே உன் காந்தியால் வெப்பமடைந்தது. உன்னைக்கண்ட அச்சத்தால் அங்குமிங்கும் தங்கள் வாகனங்களில் தேவலோகத்தில்

பறந்து திரியும் உயர் ஆன்மத் தேவர்களைக் காப்பாயாக. பறவைகளில் சிறந்தவனே! அனைத்துக்கும் தலைவன் நீயே, கருணையுள்ள உயர் ஆன்ம முனிவர் கசியபரின் புதல்வன் நீயே, அண்டத்தின் மீது கோபங்கொள்ளாமல் கருணை கொள்வாயாக. யாவற்றுக்கும் தலைமையானவன் நீயே, கோபத்தைத் தணித்து, எங்களைக் காப்பாற்றுவாயாக.

பறவையானவனே, இடியின் முழக்கம் போன்ற உனது குரலால், அண்டத்தின் பத்துப் புள்ளிகளையும், விண்ணையும், தேவலோகத்தையும், பூமியையும், எங்கள் இதயங்களையும் தொடர்ந்து நடுங்க வைக்கிறாய். அக்னியைப் போன்ற உனது இந்த உடலைச் சுருக்குவாயாக. கோபமடைந்த யமனைப் போன்ற காந்தியுடன் உன்னைப் பார்க்கும்போது, எங்கள் இதயத்தில் அமைதியை இழந்து நடுங்குகிறோம். பறவைகளின் தலைவா!, உன் இரக்கத்தை வேண்டும் எங்களுக்கு உனது கருணையால் நன்மை செய்வாயாக. சிறப்புமிக்கவனே!, எங்களுக்கு இன்பத்தையும் நற்பேற்றையும் அளிப்பாயாக" என்று வேண்டினர். இப்படித் தேவர்களாலும், முனிவர்களாலும் போற்றப்பட்ட அழகான இறகுகளைக் கொண்ட அந்தப் பறவையான கருடன், தனது சக்தியையும் காந்தியையும் குறைத்துக் கொண்டான்.

கதிரவனின் சாரதியாக அருணன்!

அனைத்தையும் கேட்டுவிட்டு, அந்த அழகான இறகுகளுடைய பறவையானவன் தனது உடலைக் கண்டு, தன் உருவத்தைச் சுருக்கிக் கொண்டான். அந்தப் பறவையான கருடன், "எவ்வுயிரும் அச்சப்பட வேண்டாம், எனது பயங்கர வடிவைக் கண்டு நீங்கள் அச்சத்திலிருப்பதால், எனது சக்தியைச் சுருக்கிக்கொள்கிறேன்" என்றான்.

விருப்பப்பட்ட இடத்திற்குத் தங்குதடையின்றிச் செல்லக்கூடியவனும், எவ்வளவு சக்தியையும் விருப்பப்பட்ட அளவுக்குப் பெருக்கிக் கொள்ளக்கூடியவனுமான அந்தப் பறவையானவன், தனது அண்ணன் அருணனை முதுகில் ஏற்றிக்கொண்டு தனது தந்தையான கசியபரின் இல்லத்திற்குச் சென்று, அதைத் தொடர்ந்து, பெருங்கடலுக்கு அக்கரையில் தனது அன்னை இருக்கும் கடற்கரைக்கு வந்து சேர்ந்தான்.

அமுதத்துக்காகப் பாற்கடலைக் கடையும்போது, ராகு தேவர்களின் பக்கம்நின்று அமுதத்தைப்பருகியதை, சூரியனும் சந்திரனும் காட்டிக் கொடுத்தனர். அப்போதிருந்தே ராகு அந்தத் தேவர்கள் மீது பகை கொண்டான். அதுமுதல் ராகு அவனது எதிரியான தன்னை விழுங்குவதால் கோபங்கொண்ட சூரியன், 'தேவர்களுக்கு நன்மை செய்யவேண்டும் என்ற என் ஆவலிலிருந்தே இந்த ராகுவின்

பகையானது தொடங்கியது. அதன் பலனை நான் மட்டுமே அனுபவிக்கிறேன். உண்மையில் இத்தருணத்தில் எனக்கு எந்த உதவியும் கிட்டவில்லை. அனைத்து சொர்க்கவாசிகளின் முன்னிலையிலேயே நான் விழுங்கப்படப்போகிறேன், அதை அவர்களும் அமைதியாக அனுமதிக்கப் போகின்றனர். எனவே, நான் உலகங்களை அழிக்கப் போகிறேன்' என்று உறுதி ஏற்றுக்கொண்ட கதிரவன், மேற்கு மலைகளுக்குச் சென்றான். அந்த இடத்திலிருந்தே உலகத்தை அழிக்கத் தனது வெப்பத்தை அனைத்து இடங்களிலும் வெளிப்படுத்தினான்.

தேவர்களிடம் சென்ற பெரும் முனிவர்கள், "இதோ, நடு இரவில் ஒவ்வொரு இதயத்தையும் அச்சமூட்டியபடியும், மூன்று உலகங்களையும் அழிக்கும்படியும் பெரும் வெப்பம் உண்டாகிறது" என்றனர். தேவர்கள், முனிவர்களையும் அழைத்துக் கொண்டு பெருந்தகப்பனிடம் சென்று "இன்று ஏன் இந்த வெப்பம் அதிகமாகி அச்சமூட்டுகிறது? கதிரவன் இன்னும் உதிக்கவில்லை, எனினும் அழிவு தெளிவாகத் தெரிகிறது. தலைவா, சூரியன் உதித்தால் என்ன நடக்கும்?" என்றனர். அதற்குப் பெருந்தகப்பன் பிரம்மன், "உண்மையாக இன்று கதிரவன் உலக அழிவுக்காகவே உதிக்கத் ஆயத்தமாகிறான். எப்போது அவன் காட்சி தருவானோ அப்போதே அனைத்தையும் சாம்பற்குவியலாக எரித்துவிடுவான். ஏற்கனவே அதைத் திருத்த நான் நடவடிக்கை எடுத்துவிட்டேன். கசியபரின் புத்திசாலி மகனான அருணனை அனைவரும் அறிவார்கள். தனது பெருத்த உடலுடனும், பெரும் காந்தியுடனும் கூடிய அந்த அருணன், கதிரவன் முன்பு நின்று, அவனுக்குச் தேரோட்டியாக இருந்து, அவனது சக்தியனைத்தையும் எடுத்துவிடுவான். இந்த நடவடிக்கை உலகத்தின் நன்மையையும், முனிவர்கள் மற்றும் தேவலோகவாசிகளின் நன்மையையும் உறுதிசெய்யும்" என்றான்.

அருணன், பெருந்தகப்பனான பிரம்மனின் கட்டளைப்படி, என்னென்ன செய்யவேண்டுமோ அவையனைத்தையும் செய்தான். அருணனின் உடலால் திரையிடப்பட்டுக் கதிரவன் உதித்தான்.

கத்ரு இந்திரனிடம் வேண்டுதல்!

எவ்விடத்திற்கும் தன் இச்சைப்படி செல்லக்கூடிய அந்தப் பெரும்பலம்பொருந்திய பறவையானவன், தனது தாயான வினதையின் இருப்பிடம் செல்ல கடற்கரையில் இறங்கினான். அங்கே வினதை பந்தயத்தில் தோல்வியுற்று, கத்ருவிற்கு அடிமையாகச் சோகத்துடன் வாழ்ந்து வந்தாள். ஒருமுறை கத்ரு, வினதையை அழைத்தாள். வினதை அவளிடம் விழுந்து வணங்கி எழுந்ததும், கத்ரு கருடனின் முன்னிலையிலேயே, "மென்மையான வினதையே, கடலுக்கு நடுவிலே, யாரும் அணுகமுடியாத ஓர் இடத்திலே, அழகானதும், இன்பம் தருவதுமான பாம்புகளின் வசிப்பிடம் ஒன்று இருக்கிறது. என்னை அங்கே தூக்கிச் செல்வாயாக" என்றாள்.

இப்படிச் சொன்னதும், அந்த அழகான இறகுகளுடைய கருடனின் தாயான வினதை, பாம்புகளின் தாயான கத்ருவைச் சுமந்து சென்றாள். கருடனும் தனது தாயின் சொல்படி, கத்ருவின் மகன்களான பாம்புகளைத் தூக்கிச் சென்றான். வினதைக்குப் பிறந்தவனான அந்த விண்ணோடி அப்படியே கதிரவனை நோக்கி எழும்பினான். அதனால், அந்தப் பாம்புகள் கதிரவனின் கதிர்களால் சுடப்பட்டு, மயக்கமடைந்தன. தனது மைந்தர்களின் அந்த நிலையைக் கண்ட கத்ரு, இந்திரனிடம் இப்படி வேண்டினாள், "உன்னை வணங்குகிறேன். தேவதேவா! உன்னை வணங்குகிறேன்,

விருத்ரனைக் கொன்றவனே! நான் உன்னை வணங்குகிறேன். நமுசியைக் கொன்றவனே, ஆயிரங்கண் கொண்டவனே, சச்சியின்[21] மணாளனே, சூரியனால் சுடப்பட்ட பாம்புகளை உனது மழைத்துளிகளால் காப்பாற்றுவாயாக.

தேவர்களில் சிறந்தவனே! எங்கள் சிறந்த காப்பாளன் நீயே. புரந்தரா! பருவகாலத்தில் மழைக்கு ஆணையிடுபவன் நீயே. வாயு நீயே, மேகம் நீயே, நெருப்பு நீயே, வானில் தென்படும் மின்னல் நீயே, மேகங்களைப் பரவச் செய்பவன் நீயே, பெருமேகம் என்றழைக்கப்படுபவன் நீயே. ஒப்புயர்வற்ற, பயங்கரமான இடியும் முழங்கும் மேகங்களும் நீயே. உலகத்தைப் படைத்தவன் நீயே, அதை அழிப்பவன் நீயே. வெல்லப்பட முடியாதவன் நீயே. அனைத்து உயிரினங்களுக்கும் ஒளி நீயே, ஆதித்யன், விபாவசு, அற்புதமான பூதங்கள் நீயே. தேவர்கள் அனைவருக்கும் தலைவன் நீயே.

விஷ்ணு நீயே, ஆயிரங்கண் கொண்டவனே! தேவன் நீயே, இறுதிப் பாதுகாப்பு நீயே. தேவனே! அமுதமும், போற்றுதலுக்குரிய சோமமும் நீயே. சந்திர நாளான திதி நீயே, பலா நீயே, க்ஷணம் நீயே. வளர்பிறையும் நீயே, தேய்பிறையும் நீயே. கண் இமைக்கும் நேரமான த்ருடி நீயே, பதினெட்டு த்ருடிகள் கொண்ட காஷ்டை நீயே, முப்பது காஷ்டைகள் கொண்ட கலை நீயே. வருடம் நீயே, பருவங்கள் நீயே, மாதங்கள் நீயே, இரவுகள் நீயே, பகல்கள் நீயே. மலைகளும், கானகங்களும் நிறைந்த அழகான பூமி நீயே. சூரியனால் ஒளிரும் வானம் நீயே. திமிங்கலங்களையும், திமிங்கலங்களையே விழுங்கும் உயிரினங்களையும், மகரங்களையும் பல்வேறு மீன்களையும் தன்னகத்தே கொண்ட அலைகள் நிறைந்த பெருங்கடல் நீயே. மிகுந்த கவனமுடைய ரிஷிகளாலும், ஞானமுள்ளவர்களாலும் போற்றப்படுபவன் நீயே. வேள்விகளில் உண்டாகும் சோமரசத்தையும், மந்திரங்களோடு கூடிய தெளிந்த

---

21 இந்திராணியான சசிதேவி

நெய்யையும், உலகில் உள்ள அனைத்து உயிரினங்களின் நன்மைக்காகவும் குடிப்பவன் நீயே. ஆசையின் கனிகளில் விருப்பமுள்ள பிராமணர்களால் எப்போதும் வேள்விகளில் வழிபடப்படுபவன் நீயே. ஒப்பில்லாத பலம் வாய்ந்தவன் நீயே, வேதங்களிலும் வேதாங்கங்களிலும் பாடப்படுபவன் நீயே. படித்த பிராமணர்கள் எப்போதும் வேள்விகளை நடத்திக் கொண்டு, வேதங்களை அதிக அக்கறையுடன் படிக்கக் காரணம் நீயே" என்று கத்ரு இந்திரனை போற்றினாள்.

பாம்புகளைக் காப்பாற்றிய இந்திரன்!

தேவமன்னனும், குதிரைகளிலே சிறந்தவற்றைத் தன் தேரிலே கொண்டவனும் கத்ருவால் இப்படி வழிபடப்பட்டவனுமான இந்திரன், பிறகு, வானத்தை நீலநிறப் பெருமேகங்களால் மறைத்து, அம்மேகங்களிடம், "உயிருண்டாக்கவல்ல, புனிதமான உங்கள் துளிகளைப் பொழியுங்கள்" என்று பணித்தான். அந்த மேகங்கள் மின்னலுடன் கூடிய ஒளி பொருந்தி, தடையேதுமின்றி ஒன்றோடொன்று ஆகாயத்தில் முழங்கியபடியே பெருமழையைப் பொழிந்தன.

அற்புதமானதும், பயங்கரமாகக் கர்ஜிப்பதும், இடைவிடாது பெரும் நிறைகொண்ட நீரைப் பொழிவதுமான அந்த மேகங்களால் வானமானது யுக முடிவு வந்ததைப்போலக் காட்சியளித்தது. பெரும் மழையினால் அலைகள் போன்ற மழைத்தாரைகளுடனும், மேகங்களின் முழக்கங்களுடனும், மின்னல்களின் ஒளிகளுடனும், காற்றின் கடுமையாலும், கொந்தளிப்பாலும் ஆகாயமானது பித்துப் பிடித்து ஆடுவதுபோலக் காட்சியளித்தது. வானம் முழுவதும் மேகங்களால் மறைக்கப்பட்டது. இடைவிடாத பெருமழையால் கதிரவன் மற்றும் சந்திரனின் கதிர்கள் முற்றிலுமாக மறைந்தன.

இந்திரன் பெருமழைப் பொழிந்ததால் பாம்புகள் மிகுந்த மகிழ்வுற்றன. பூமி எங்கும் நீர் நிறைந்தது, தெளிவான, குளிர்ந்த நீர் பாதாளம் வரை பாய்ந்தது. பூமியெங்கும் எண்ணிக்கையில் அடங்காத அலைகள் நிறைந்த நீர் சூழ்ந்தது. பாம்புகளும் அவர்களின் தாயான கத்ருவும் ரமணீயகமென்னும் தீவை பத்திரமாக அடைந்தனர்.

கருடனுக்குப் பாம்புகளிட்ட கட்டளை!

மழையில் நனைந்த பாம்புகள், அதன்பிறகு மிகவும் மகிழ்ந்திருந்தன. அந்த அழகான இறகுகள் கொண்ட கருடன் தங்களைச் சுமந்து செல்ல அவர்கள் விரைவாகத் தீவை அடைந்தனர். அந்தத் தீவு, மகரங்களின் இருப்பிடமாக, அண்டம் படைத்தோனால் தீர்மானிக்கப்பட்டிருந்தது. அங்கே அவர்கள் பயங்கரமான லவணச் சமுத்திரத்தைக் கண்டனர். கருடனுடன் வந்தவர்கள் அங்கே கடலின் மடியில் நீரால் சுத்தம் செய்யப்பட்ட ஓர் அழகான காடு இருந்ததையும், இறகுகள் கொண்ட பறவைகளின் இன்னிசை எங்கும் நிறைந்து இருந்ததையும் உணர்ந்தனர். அப்படிப்பட்ட அக்கானகத்தில் கருடனுடன் அப்பாம்புகள் வந்திறங்கின. அங்கே, மரங்கள் பலவகைப்பட்ட கொத்துக் கொத்தான மலர்களுடனும், பழங்களுடனும் நிறைந்து இருந்தன.

அழகான மாளிகைகளும் அங்கு நிறைந்திருந்தன. தாமரைகள் அடர்ந்த தடாகங்களும் நிறைந்திருந்தன. சுத்தமான நீர் கொண்ட பல ஏரிகள் அங்கு இருந்தன. அங்குத் தவழ்ந்த துரயமணங்கொண்ட தென்றலால் உற்சாகம் நிலவியது. மலய மலையில் மட்டுமே விளையும் பல மரங்கள் அங்கே இருந்தன. அவற்றின் உயரங்கள் விண்ணை முட்டும் அளவுக்கு இருந்தன. இன்னும் பல மரங்களின் மலர்கள் உதிர்ந்து தென்றலின் உதவியால் அழகாகப் பரவிக் கிடந்தன.

இப்படி அந்தக் கானகம் அழகாகவும், கந்தர்வர்களுக்கு எப்போதும் இன்பத்தைத் தருவதாகவும், அவர்களுக்கு விருப்பமானதாகவும் இருந்தது. அந்த கானகமானது, மலர்களில் இருந்து மதுவை உண்டு மதிமயங்கிய வண்டுகளால் நிறைந்திருந்தது. இந்தக் காட்சிகள் அனைத்தும் பெரும் மகிழ்ச்சியைத் தந்தன.

இப்படி பல விஷயங்களால் அந்தக் கானகம் அனைவரையும் மகிழ்ச்சிப்படுத்துவதாகவும், அழகானதாகவும், புனிதமானதாகவும் இருந்தது. பல பறவைகளின் மெல்லிசைகளை எதிரொலித்த அது கத்ருவின் மைந்தர்களுக்கு மகிழ்ச்சியை அளித்தது. அந்தப் பாம்புகள் அந்தக் காட்டிற்கு வந்து மகிழ்ச்சியாகத் தங்கள் பொழுதைக் கழித்தன. பறவைகளின் மன்னனான சக்தி நிறைந்த கருடனிடம், அந்தப் பாம்புகள், "நீ விண்ணோடியாதலால், அப்படிப் பறக்கும்போது நிறைய அழகான இடங்களைக் கண்டிருப்பாயே! அழகானதும், சுத்தமான நீர் நிறைந்ததுமான வேறு ஏதேனும் தீவுக்கு எங்களை அழைத்துச் செல்வாயாக" என்று கட்டளையிட்டன.

கருடன் சிறிது நேரம் சிந்தித்துவிட்டு தனது தாயான வினதையிடம், "தாயே, இந்தப் பாம்புகளின் உத்தரவுகளை நான் ஏன் நிறைவேற்ற வேண்டும்?" என்று கேட்டான்.

இப்படிக் கேட்கப்பட்ட வினதை, விண்ணோடியும், அனைந்து அறங்களும் நிறைந்தவனும், பெரும் சக்தியும், பலமும் கொண்டவனுமான தன் மகனிடம், "பறவைகளில் சிறந்தவனே, என் கேடுபேற்றால் நான் எனது சக்களத்தியிடம் அடிமையானேன். அந்தப் பாம்புகள், ஏமாற்று வேலை செய்து, பந்தயத்தில் என்னைத் தோற்கடித்து, இத்தகு பரிதாப நிலைமைக்கு என்னை ஆளாக்கின" என்றாள். தனது தாய் இப்படிக் கூறியதைக் கேட்டு, மிகவும் துன்புற்ற கருடன், அந்தப் பாம்புகளிடம், "பாம்புகளே, நான் எந்தப் பொருளைக் கொண்டுவந்தால், அல்லது எந்தப்

பொருளைப் பற்றிய அறிவை அடைந்தால், அல்லது எந்த வீரச் செயலைச் செய்தால், இந்த அடிமைத்தனத்திலிருந்து நாங்கள் விடுபடுவோம், சொல்வீராக" என்று கேட்டான்.

இதைக் கேட்ட பாம்புகள், "உனது பலத்தால் அமுதத்தைக் கொண்டு வருவாயாக. பறவையே, அப்போது நீங்கள் அடிமைத்தனத்திலிருந்து விடுதலை பெறுவீர்கள்" என்றன.

கருடன் வேட்டை!

இப்படிப் பாம்புகள் சொல்ல, அதைக் கேட்ட கருடன் தனது தாயிடம், "நான் சென்று அமுதத்தைக் கொண்டு வருகிறேன். வழியிலேயே ஏதாவது உண்ண விரும்புகிறேன். எனக்கு வழிகாட்டுவாயாக" என்றான். அதற்கு வினதை, "தொலைதூரத்தில், நடுக்கடலில் நிஷாதர்களின் அழகான வசிப்பிடம் இருக்கிறது. அங்கு வாழும் ஆயிரக்கணக்கான நிஷாதர்களைத் தின்று அமுதத்தைக் கொண்டு வருவாயாக. ஆனால், எந்த ஒரு பிராமணனின் உயிரையும் மாய்க்க ஒருபோதும் உன் மனதில் எண்ணாதே. பிராமணன் எல்லா உயிரினங்களுக்கும் தலைவனாகச் சொல்லப்படுகிறான். இதற்காகவும், இன்னும் பிற காரணங்களுக்காகவும் ஒழுக்கம் மிகுந்தவர்களிடையே பிராமணன் போற்றப்படுகிறான். மகனே! உனக்குக் கோபம் உண்டானாலும், பிராமணர்களைக் கொல்லாதிருப்பாயாக. பாவங்களற்றவனே! கடுமையான விரதங்கள் இருந்த ஒரு பிராமணனின் கோபம் எரிப்பது போல, சூரியனாலும் அக்னியாலும் கூட எரிக்க முடியாது. இது போன்ற பல குறிப்புகளைக் கொண்டு ஒரு நல்ல பிராமணனை நீ அறியலாம்" என்றாள்.

கருடன், "தாயே! எந்தச் சிறந்த அறிகுறிகளைக் கொண்டு ஒரு பிராமணனை அடையாளம் காண முடியும்?" என்று கேட்டான்.

வினதை தனது மகன் கருடன் மீது கொண்ட பாசத்தால், "உனது குடலால் செரிக்கப்பட முடியாதவனை நல்ல பிராமணனாக அறிந்து கொள்வாயாக" என்றாள். பாம்புகளால் ஏமாற்றப்பட்டு, பெருந்துன்பத்திற்கு உள்ளான வினதை, தனது மகனின் ஒப்பற்ற பலத்தை அறிந்திருந்தாலும் அவனை முழு மனதோடு ஆசிர்வதித்தாள். "மருதன் உனது சிறகுகளைக் காக்கட்டும், உனது முதுகெலும்பை சூரியனும் சந்திரனும் காக்கட்டும். அக்னி உனது தலையைக் காக்கட்டும், வசுக்கள் உனது முழு உடலையும் காக்கட்டும். நானும் உனது நன்மைக்காக இங்கே தியானத்தில் அமர்கிறேன். குழந்தாய்! பத்திரமாகச் சென்று உன் காரியத்தை முடிப்பாயாக" என்று கூறினாள்.

தன் தாயின் இந்த வார்த்தைகளைக் கேட்ட கருடன், தனது சிறகுகளை விரித்து, வானத்தில் உயர்ந்தான். அந்தப் பெரும்பலம் வாய்ந்தவன், பசித்தவன், விரைவாகச் சென்று இன்னொரு எமனைப் போல நிஷாதர்கள் மீது விழுந்தான். நிஷாதர்களைக் கொல்ல விரும்பிய அவன், அந்த இடத்தில் பெரும் தூசிப்படலத்தைக் கிளப்பி ஆகாயத்தை மறைத்தான். கடலிலிருந்து தண்ணீரை உறிஞ்சிஎடுத்து கடலை வற்றசெய்து, மலைகளில் வளரும் மரங்களைக் குலுக்கினான். அந்தப் பறவைகளின் மன்னன், தனது அலகால், நிஷாதர்களுடைய நகரத்தின் முக்கிய வாயில்களை அடைத்து அந்த வாயைப் பெரிதாக்கினான். அந்த நிஷாதர்கள் பாம்பை உண்ணும் அவனது திறந்த வாய் இருக்கும் திசை நோக்கியே பெரும் வேகத்துடன் ஓடினர். காற்றினால் அசைக்கப்பட்ட காட்டு மரங்களிலிருந்து எப்படி ஆயிரக்கணக்கான பறவைகள் பெரிதும் கலக்கமுற்று விண்ணில் எழுமோ, அவ்வாறே அந்த நிஷாதர்கள், புயலினால் உண்டான புழுதியில் குருடாகி அவர்களை வரவேற்க விரிந்து திறந்திருந்த கருடனின் வாயில் போய் விழுந்தனர். பிறகு அந்த எதிரிகளை அழிப்பவனும், பெரும் பலம் பொருந்தியவனும், தன் காரியத்தை முடிக்கப் பெரும் லாகவத்தோடு நகர்பவனும், பசித்தவனுமான அந்த விண்ணோடிகளின் தலைவன்.

விபாவசூரும் சுப்ரதீகனும்!

அப்படிக் கருடன் நிஷாதர்களை விழுங்கிக் கொண்டிருக்கும் போது, ஒரு பிராமணன் தனது மனைவியுடன் அந்த விண்ணதிகாரியின் தொண்டைக்குள் புகுந்தான். அந்தப் பிராமணன் சுடர்விட்டெரியும் மரக்கரி போல் அந்தப் பறவையின் தொண்டையைச் சுட்டான். அவனிடம் கருடன், "பிராமணர்களில் சிறந்தவரே, எனது வாயை உமக்காகத் திறக்கும்போது விரைவாக வெளியேறுவீராக. நீர் என்னால் கொல்லப்படக் கூடாதவர்" என்றான். இப்படிக் கருடன் சொன்னவுடன் அந்த பிராமணன், "எனது மனைவியான இந்த நிஷாதப் பெண்ணும் என்னுடன் வெளியே வர வேண்டும்" என்றான். அதற்குக் கருடன், "எனது குடலின் வெப்பத்தால் இன்னும் நீங்கள் செரிக்கப்படாமல் இருப்பதால், காலந்தாழ்த்தாமல் உங்களைக் காப்பாற்றிக் கொள்வீராக. நிஷாத இனத்தைச் சேர்ந்த அந்தப் பெண்ணையும் உம்முடன் அழைத்துக் கொண்டு விரைவாக வெளியே வருவீராக" என்றான்.

அதன் பிறகு அந்த பிராமணன் நிஷாத இனத்தைச் சேர்ந்த தன் மனைவியுடன் வெளியே வந்து கருடனைப் புகழ்ந்து, தான் விரும்பிய வழியில் சென்றான். பிராமணன் தனது மனைவியுடன் வெளியே வந்தவுடன், அந்தப் பறவை மன்னன், இறகுகளை விரித்து மனோ வேகத்துடன் விண்ணில் ஏறினான். அப்போது அவன் தனது தந்தையான

கசியபரைக் கண்டான். அவரால் அழைக்கப்பட்ட ஒப்புயர்வற்ற ஆற்றலுடைய அந்தக் கருடன், அவரிடம் சென்று பேசினான். அந்தப் பெரும் முனிவர் "குழந்தாய்! நீ நன்றாக இருக்கிறாயா? நாளும் உனக்குத் தேவையான உணவு கிடைக்கிறதா? மனிதர்களின் உலகத்தில் உனக்கு நிறைய உணவு கிடைக்கிறதா?" என்று கேட்டார்.

கருடன், "என் தாய் நன்றாக இருக்கிறாள். என் தமையனும், நானும் அப்படியே இருக்கிறோம். ஆனால் தந்தையே, எனக்கு எப்போதும் போதுமான அளவுக்கு உணவு கிடைப்பதில்லை. அதனால் எனது உள்ளத்தில் அமைதி இல்லை. அற்புதமான அமுதத்தைக் கொணர்வதற்காகப் பாம்புகளால் நான் அனுப்பப்பட்டிருக்கிறேன். என் தாயை அடிமைக் கட்டிலிருந்து விடுவிக்க, இன்று நான் கண்டிப்பாக அதைக் கொணர்வேன். 'நிஷாதர்களை உண்பாயாக' என்று என் தாய் எனக்குக் கட்டளையிட்டாள். நான் அவர்களை ஆயிரக்கணக்கில் தின்றேன். ஆனாலும் எனது பசி அடங்கவில்லை. எனவே, போற்றுதலுக்குரியவரே, அமுதத்தை அபகரித்துக் கொண்டு வரும் அளவுக்கு நான் பலவானாக, வேறு ஏதாவது உணவை எனக்குக் காட்டுவீராக. எனது பசியையும் தாகத்தையும் தணித்துக் கொள்ளத் தகுந்த உணவைச் சுட்டிக் காட்டுவீராக" என்று அந்தக் காசியபரிடம் கேட்டான்.

கசியபர், "நீ காணும் இந்த ஏரி மிகவும் புனிதமானது. தேவலோகத்திலும் இஃது அறியப்பட்டிருக்கிறது. முகம் கீழ்நோக்க, தொடர்ந்து தனது அண்ணனான ஆமையை இழுத்துக் கொண்டிருக்கும் ஒரு யானை இந்த ஏரியில் இருக்கிறது. முற்பிறவியிலிருந்தே அந்த இருவருக்குள்ளும் இருக்கும் பகை பற்றி உனக்கு விரிவாகச் சொல்கிறேன். அவர்கள் ஏன் இங்கிருக்கிறார்கள் என்பதையும் விரிவாகச் சொல்கிறேன் கவனமாகக் கேள்.

முன்பொரு காலத்தில் விபாவசூர் என்று ஒரு முனிவன் இருந்தான். அவன் மிகுந்த கோபக்காரனாகவும்

இருந்தான். அவனுக்குச் சுப்ரதீகன் என்று ஒரு தம்பி இருந்தான். தனது செல்வத்தை அண்ணனுடன் கூட்டாக வைத்துக் கொள்ள விருப்பமில்லாதவனாக அந்தச் சுப்ரதீகன் இருந்தான். அவன் எப்போதும் பாகப்பிரிவினை குறித்தே பேசிக் கொண்டுமிருந்தான். சில காலம் கழித்து விபாவசூர் சுப்ரதீகனைப் பார்த்து, "செல்வத்தின் மீதுள்ள கண்மூடித்தனமான ஆசையால், மனிதர்கள் தங்கள் தந்தைவழியில் வந்த பரம்பரைச் செல்வங்களைப் பிரித்துக் கொள்ள ஆசைப்படுகின்றனர். அவர்கள் மூடர்களாவர். பரம்பரைச் சொத்தைப் பிரித்துக் கொண்ட பிறகு, செல்வம் தரும் மயக்கத்தினால் அவர்கள் ஒருவருக்கொருவர் சண்டையிட்டுக் கொண்டே இருப்பர். அறிவற்றவர்களும், சுயநலம் கொண்டவர்களுமான அவர்களுக்கு இடையே நண்பர்கள் என்ற போர்வையில் இருக்கும் எதிரிகளால், குறைகள் சுட்டிக்காட்டப்பட்டுப் பேதங்கள் உருவாக்கப்பட்டு, பூசல் பலமாகும். அதனால் சொத்தைப் பிரித்துக் கொண்டவர்கள் ஒருவர் பின் ஒருவராக விழுவர். பிரிந்திருக்கும் அந்தச் சகோதரர்களை முழுமையான கேடே வந்தடையும். இதன் காரணமாகவே ஞானமுள்ளவர்கள் சகோதரர்களுக்குள் பிரிவினையை ஆமோதிக்கமாட்டார்கள். அப்படிப் பிரியும் சகோதரர்கள் அதிகாரப்பூர்வமான சாத்திரங்களைப் புறந்தள்ளி, ஒருவர் மீது ஒருவர் பயங்கொண்டு வாழ்வர். ஆனால் சுப்ரதீகா, நீ எனது அறிவுரைகளை ஏற்காமல் எப்போதும் பிரிவினையிலேயே ஆவல்கொண்டிருக்கிறாய். உனது தனிப்பட்ட செல்வத்திற்கு ஏற்பாடு செய்வதற்கே நீ விரும்புகிறாய். ஆகையால் நீ யானையாகக் கடவாய்" என்று சபித்தான். இப்படிச் சபிக்கப்பட்ட சுப்ரதீகன் விபாவசூரைப் பார்த்து, "நீயும், நீர் நடுவில் நகரும் ஆமையாகக் கடவாய்" என்று பதிலுக்குச் சபித்தான்.

இப்படிப்பட்ட முட்டாள்களான சுப்ரதீகன், விபாவசூர் ஆகிய அந்த இருவரும் செல்வத்தின் காரணமாக ஒருவருக்கொருவர் சபித்துக் கொண்டு முறையே

யானையாகவும், ஆமையாகவும் ஆனார்கள். அவர்களின் கோபத்தால் இழிந்த விலங்குகளாகினர். அவர்கள் இப்போதும் தங்கள் பெரும்பலத்திலும், உடல் எடையிலும் கர்வங்கொண்டு தங்களுக்குள் எப்போதும் பகை வளர்த்தே வருகின்றனர்.

இந்த ஏரியில் அந்தப் பெரும் உடல் கொண்ட இரு விலங்குகளும் தங்கள் முற்பிறவிப்பகைக்குப்பொருத்தமாகவே நடந்து வருகின்றனர். இதோ பார், அவர்களில் ஒருவனான, பெருத்த உடலுடைய இந்த அழகான யானை, இப்போதுகூட சண்டையிட நெருங்குகிறது. நீரினுள்ளே வசிக்கும் பெரும் உடலைக் கொண்ட ஆமையும், யானையின் பிளிறலைக் கேட்டு, வெளியே வந்து ஏரியை முரட்டுத்தனமாகக் கலக்குகிறது. ஆமையைப் பார்த்ததும் யானையும் தனது துதிக்கையைச் சுழற்றிக் கொண்டு நீருக்குள் ஓடுகிறது. பெரும் சக்தியைத் தன்னுள் கொண்டு, தன் தந்தங்களின் அசைவாலும், தனது துதிக்கை, வால் மற்றும் கால்களாலும் மீன்கள் நிறைந்த ஏரியின் நீரைக் கலக்குகிறது. பெரும் பலம் கொண்ட ஆமையும் தனது தலையைத்தூக்கி, தாக்குவதற்காக முன்னே வருகிறது. யானை, ஆறு யோஜனை[22] உயரமும், அதைவிட இருமடங்கு சுற்றளவும்[23] கொண்டிருக்கிறது. ஆமை, மூன்று யோஜனை[24] உயரமும், பத்து யோஜனை[25] சுற்றளவும் கொண்டிருக்கிறது. பைத்தியக்காரத் தனமாக ஒருவரை ஒருவர் கொல்வதற்காகத் தாக்குதலுக்குத் தயாராக இருக்கும் இந்த இருவரையும் உணவாகக் கொண்டுவிட்டு, பிறகு நீ விரும்பும் காரியத்தை நிறைவேற்றிக் கொள்வாயாக. மலையைப் போன்றும், கருமேகங்களின் கூட்டம் போன்றும் தெரியும் மூர்க்கமான அந்த யானையையைத் தின்று, அமுதத்தைக் கொண்டு வருவாயாக" என்றார்.

கருடனிடம் இப்படிச் சொன்ன கசியபர், "தேவர்களுடன் போரிடும்போது நீ ஆசீர்வதிக்கப்பட்டிருப்பாய். முட்டையிடும் இனத்தோனே! பூரண கும்பமும், பிராமணர்களும், பசுக்களும், மற்றும் பிற புனித பொருள்களும் உன்னை ஆசீர்வதிக்கட்டும். பெரும்பலம் வாய்ந்தவனே! நீ தேவர்களுடன் போரிடும்போது, ரிக், யஜூர், சாமங்களும், புனிதமான வேள்வி நெய்யும், அனைத்துப் புதிர்களும், உன்னை வலிமையாக்கட்டும்" என்றும் சொல்லி கருடனை ஆசீர்வதித்தார்.

இப்படித் தனது தந்தையான கசியபரால் ஆசீர்வதிக்கப்பட்ட கருடன், ஏரியின் அருகில் சென்றான். அவன், அந்தச் சுத்தமான நீர்பரப்பைச் சுற்றி பல்வேறு வகையான பறவைகளைக் கண்டான். நகர்வதில் பெரும் வேகம் கொண்ட அந்த விண்ணோடி, தனது தந்தையின் வார்த்தைகளை நினைவில் கொண்டு, யானையை ஒரு காலிலும், ஆமையை மற்றொரு காலிலும் இறுகப் பற்றினான். அதன் பிறகு அந்தப் பறவையானவன் உயரமாக விண்ணுக்குப் பறந்தான்.

பிறகு, அலம்ப தீர்த்தம் என்ற புனிதமான இடத்தை அடைந்து, அங்கு பல தெய்வீக மரங்களைக் கண்டான். அவனது சிறகுகள் எழுப்பிய காற்றின் தாக்கத்தால், அந்த மரங்கள் அச்சத்தால் நடுங்கத் தொடங்கின. தங்கக் கிளைகள் கொண்ட அந்தத் தெய்வீக மரங்கள், "நாம் உடைந்து போவோமோ" என்று அஞ்சின. விரும்பிய வரங்களைத் தரும் அந்த மரங்கள், பயத்தால் நடுங்குவதைக் கண்ட அந்த விண்ணோடி, ஒப்பற்ற தோற்றம் கொண்ட மற்ற மரங்களை நாடிச் சென்றான். அந்த மாபெரும் மரங்கள் தங்கம் மற்றும் வெள்ளியினாலான கிளைகளுடனும், மற்றும் விலைமதிப்பற்ற கற்களைக் கொண்ட கனிகளுடனும் இருந்தன. அவை கடல் நீரால் சுத்தப்படுத்தப்பட்டு இருந்தன.

அங்குள்ள மரங்களிலேயே பிரமாண்ட அளவிலே வளர்ந்திருந்த ஒரு பெரும் ஆல மரத்தை, அந்தப் பறவைகளின்

மன்னன் மனோ வேகத்துடன் நெருங்கும்போது, அந்த மரம், "ஒரு நூறு யோஜனை விரிந்து இருக்கும் எனது இந்தப் பெரிய கிளையில் அமர்ந்து, யானையையும், ஆமையையும் உண்பாயாக" என்றது. பறவைகளில் சிறந்தவனும், மலை போன்ற உடல் கொண்டவனும், பெரும் வேகமுடையவனுமான அந்தக் கருடன், விரைவாக அந்த ஆலமரத்தின் கிளையில் உட்கார்ந்த போது, இலைகளால் நிறைந்ததும், ஆயிரக்கணக்கான சிறகுள்ள உயிரினங்களான பறவைகளுக்கு தங்குமிடமுமான அந்தக் கிளை ஆட்டம் கண்டு ஒடிந்து விழுந்தது.

கருடனுக்குப் பெயர் கொடுத்த வாலகில்யர்கள்!

பெரும் பலம் வாய்ந்த கருடன் தன் காலால் பற்றியவுடனேயே அம்மரத்தின் கிளை ஒடிந்தது. உடனே அதைக்கருடன் தன் அலகால் பிடித்துக்கொண்டான். வியப்பால் தனது பார்வையைச் சுழலவிட்ட கருடன், வாலகில்ய முனிவர்கள் அந்த கிளையிலிருந்து தலைகீழாகத் தொங்கிக் கொண்டு தவமியற்றிக் கொண்டிருப்பதைக் கண்டான். அந்தக் கிளை கீழே விழுந்தால் அந்த முனிவர்கள் கொல்லப்படுவார்கள் என்பதை உணர்ந்த அந்தப் பெரும்பலம் வாய்ந்தவன், யானையையும், ஆமையையும் இன்னும் இறுகப் பற்றினான். முனிவர்கள் கொல்லப்படுவார்களே என்று அஞ்சி, அவர்களைக் காப்பாற்ற விருப்பங்கொண்டு, அந்தக் கிளையைத் தனது அலகால் பற்றி, சிறகுகளை அடித்து உயர்ந்தான். அந்தப் பெரும் முனிவர்கள் தேவர்களாலும் முடியாத இந்தச் செயலைக் கண்டு வியந்து, அந்த வலிமைமிகுந்த பறவைக்கு ஒரு பெயர் கொடுத்தனர். வாலகில்யர்கள், "பாம்புகளை உணவாக உண்பவனும், பறவைகளில் முதன்மையானவனும், விண்ணோடியுமான இவன், பெரும் சுமையைச் சுமந்து கொண்டிருக்கும்போதும், தனது சிறகுகளால் உயர்வதால், கருடன் என்று அறியப்படட்டும்" என்றனர்[26].

---

26 அதுவரை வினதையின் மகன் என்ற பொருளில் வைநதேயன் என்ற பெயரில் அழைக்கப்பட்ட அவனுக்கு, இவ்வாறு பெயர் சூட்டிய பிறகு அவனுக்குக் கருடன் என்ற அந்தப் பெயரே நிலைத்து நீடித்தது.

இப்படிப்பட்ட பெயர் கிடைத்த அந்தக் கருடன், தனது சிறகுகளால் மலைகளை நடுங்க வைத்தபடியே, நிதானமாக வானத்தில் பறந்து சென்றான். கால்களில் பற்றப்பட்ட யானை மற்றும் ஆமையோடு அவன் உயர்ந்த போது கீழே இருக்கும் பல்வேறு பகுதிகளை நோக்கினான். வாலகில்யர்களைக் காப்பாற்ற விரும்பிய அவனுக்கு அமர்வதற்கு ஓர் இடமும் கிடைக்கவில்லை. இறுதியாக, மலைகளில் முதன்மையான கந்தமாதன மலைக்குச் சென்றான். அங்கே அர்ப்பணிப்புடன் தவத்தில் ஈடுபட்டுக் கொண்டிருக்கும் தனது தந்தை கசியபரைக் கண்டான். விண்ணோடியும், அந்தத் தெய்வீக வடிவிலானவனும், அதிகப் பிரகாசமும், பலமும் சக்தியும் கொண்டவனும், காற்றுவேகம், மனோவேகம் கொண்டவனும், மலைச்சிகரம் போன்று பெரிதாக இருப்பவனும், பிராமணனின் சாபத்தைப் போல உடனே அடிக்கத் தயாராக இருப்பவனும், புத்திக்கு எட்டாதவனும், விவரிக்கப்பட முடியாதவனும், அனைத்து உயிருக்கும் அச்சத்தை ஏற்படுத்துபவனும், பெரும் ஆற்றலுள்ளவனும், பயங்கரமானவனும், அக்னி போலப் பிரகாசிப்பவனும், தேவர்களாலும், தானவர்களாலும், அசுரர்களாலும் வெல்லப்பட முடியாதவனும், மலையைப் பிளந்து, பெருங்கடலைக் குடித்து மூன்று உலகங்களையும் அழிக்க வல்லவனும், மூர்க்கமாக யமனைப் போல் காட்சியளிப்பவனும், தனது மகனுமான அந்தக் கருடனைக் கசியபரும் கண்டார். அவன் தன்னை நெருங்கி வருவதைக் கவனித்த புகழ்பெற்ற கசியபர், அவனது நோக்கம் அறிந்து பேசினார்.

கசியபர், "குழந்தாய்! ஆராயாத செயலைச் செய்யாதே. அப்படிச் செய்தால் நீ வேதனையை அடைய நேரிடும். சூரியக் கதிர்களைக் குடித்து உயிர்தாங்கிக் கொண்டிருக்கும் இந்த வாலகில்யர்கள் கோபம் கொண்டால் உன்னைச் சிதறடித்து விடுவார்கள்" என்றார்.

தவப்பயன்களால் தங்களது பாவங்களை எரித்து, நற்பேறு பெற்ற வாலகில்யர்களைச் சாந்தப்படுத்த எண்ணிய

கசியபர், தமது மகனுக்காக அவர்களிடம், "தவத்தையே செல்வமாகக் கொண்டவர்களே, இவனது செயல்கள், அனைத்து உயிருக்கும் நன்மை பயப்பவையே. அவன் சாதிக்க நினைக்கும் இந்தப் பணி கடுமையானது. நீங்கள் அவனுக்கு அனுமதி வழங்குவீராக" என்று வேண்டினார்.

புகழ்பெற்ற கசியபரால் இப்படி வேண்டிக்கொள்ளப்பட்ட அந்தத் துறவிகளும், தங்கள் தவத்துறவுகளை இயற்றுவதற்காக, அந்தக் கிளையைக் கைவிட்டு, புனிதமான இமய மலைக்குச் சென்றனர். அம்முனிவர்கள் சென்றதும், அந்த வினதையின் மைந்தன், கிளையைத் தனது அலகால் பற்றியபடியே, தடைபட்ட குரலுடன் தனது தந்தை கசியபரிடம், "சிறப்புமிக்கவரே! இந்த மரத்தின் கிளையை நான் எங்கே வீசி எறிவது? புகழ்பெற்றவரே! மனிதர்கள் இல்லாத ஒரு பகுதியை எனக்குச் சுட்டிக் காட்டுவீராக" என்று கேட்டான். கசியபர், குகைகளும், எப்போதும் பனி மூடிய பள்ளத்தாக்குகளும் உள்ள, சாதாரண உயிரினங்கள் எண்ணத்தால்கூட நெருங்க முடியாத மனிதர்களற்ற ஒரு மலையைப் பற்றிச் சொன்னார்.

அந்தப் பெரும் பறவையானவன் கிளையையும், யானையையும், ஆமையையும் தாங்கிக் கொண்டு அந்த மலையை நோக்கி வேகமாகப் பறந்து சென்றான். பெரும் உடல் படைத்த அந்தப் பறவை தூக்கிச் சென்ற மரத்தின் பெருங்கிளையைச் சுற்றிக் கட்ட நூறு தோல்களைக் கொண்டு வார் அமைத்தாலும் முடியாது. பறவைகளின் மன்னனான அந்தக் கருடன், மிகக் குறைந்த நேரத்தில் நூறாயிரம் யோஜனைகளைப் பறந்து கடந்தான். அந்த விண்ணோடி, நொடிப்பொழுதில் தனது தந்தை சுட்டிக்காட்டிய திசையைப் பின்பற்றி மலையை அடைந்து, அந்தப் பிரம்மாண்டமான கிளையைக் கீழே விட்டான். அது பேரொலியுடன் விழுந்தது.

கருடனின் சிறகுகளால் எழும்பிய புயலால் தாக்கப்பட்டு, அந்த மலைகளின் இளவரசன் நடுங்கினான். அங்கிருந்த மரங்களும் பூக்களைச் சொரிந்தன. ரத்தினங்களையும்

தங்கங்களையும் கொண்டு அந்த மலையை அலங்கரித்த சிகரங்கள், கட்டறுந்து எல்லாப்புறமும் கீழே விழுந்தன. கீழே விழுந்த அந்தக் கிளை, மின்னலைக் கொண்டிருக்கும் மேகங்கள் போலக் கரும் இலை கொத்துக்களின் நடுவே தங்க மலர்களைக் கொண்ட மரங்கள் மீது விழுந்து, அவற்றைச் சாய்த்தது. தங்கம் போன்று ஒளிவீசும் அம்மரங்கள் கீழே விழுந்து, மலை உலோகங்களின் சாயமேற்றப்பட்டு, சூரியக் கதிர்களில் குளித்ததைப் போல ஒளிர்ந்தன. பிறகு, பறவைகளில் சிறந்தவனான கருடன், அந்த மலையின் உச்சியில் அமர்ந்து யானையையும், ஆமையையும் உண்டு, அந்த மலையை விட்டுச் சிறகடித்துப் பெரும் வேகத்துடன் பறந்தான்.

அதே நேரத்தில், பல்வேறு தீய சகுனங்கள் தோன்றி தேவர்களை அச்சத்தில் ஆழ்த்தின. இந்திரனுக்குப் பிடித்த வஜ்ராயுதம், அச்சத்தால் ஒளிர்ந்தது. ஆகாயத்திலிருந்து விண்கற்கள் நெருப்புடனும் புகையுடனும் பகலிலேயே விழுந்தன. வசுக்கள், ருத்ரர்கள், ஆதித்தியர்கள், சப்யர்கள், மருத்துக்கள் மற்றும் பிற தேவர்களின் ஆயுதங்கள் தங்களுக்குளேயே சண்டையிட்டுக் கொண்டன. தேவாசுரப் போர் நிகழ்ந்துபோது கூட இப்படிப்பட்ட நிகழ்ச்சி நடந்ததில்லை. இடியுடன் கூடிய காற்று அடித்தது, விண்கற்கள் ஆயிரக்கணக்கில் விழுந்தன. வானம் மேகமற்றதாய் இருந்தாலும், முழங்கிக் கொண்டே இருந்தது. தேவர்களுக்குத் தேவனும் இரத்த மழையைப் பொழிந்தான். தேவர்களின் கழுத்திலிருந்த பூமாலைகள் வாடி அவர்கள் வீரம் மங்கியது. கொடூரமான மேகத் திரள்கள், அடர்ந்த இரத்த மழையைப் பொழிந்தன.

காற்றினால் இந்திரன் எழும்பிய புழுதியானது, தேவர்களின் கிரீடங்களின் பளபளப்பை குறைத்து மங்கியதாக்கியது. இந்தத் தீய தடைகளைக் கண்டு மற்ற தேவர்களுடன் சேர்ந்து அச்சத்தால் குழம்பிப் போனவனும், ஆயிரம் வேள்விகளைச் செய்தவனுமான, பிருஹஸ்பதியிடம் சென்று, "வழிபடத்

தகுந்தவரே, இந்த இயற்கைச் சீற்றங்கள் திடீரென எழுவது ஏன்? போரில் எங்களை வெல்ல எந்த எதிரியையும் நான் காணவில்லையே" என்றான். பிருஹஸ்பதி, "தேவர்கள் தலைவனே! ஆயிரம் வேள்விகளைச் செய்தவனே, உனது தவறும், கவனக்குறைவும், உயரான்ம வாலகில்ய முனிவர்களின் தவத்துறவுகளுமே இவற்றுக்குக் காரணம். பெரும் பலம்பொருந்திய விண்ணோடியும், நினைத்த வடிவத்தை நினைத்தமாத்திரத்தில் அடைபவனும், கசியபர் மற்றும் வினதையின் மகனுமான கருடன், சோமத்தை அபகரிக்க நெருங்கி வருகிறான். பெரும் வலிமை படைத்தவர்களில் முதன்மையானவனான அந்தப் பறவையானவனால் உன்னிடமிருந்து சோமத்தை கவர முடியும். அவனால் எல்லாம் முடியும். அடைய முடியாத ஒன்றை அவனால் எளிதாக அடைய முடியும்" என்றார்.

இந்த வார்த்தைகளைக் கேட்ட இந்திரன், அமுதத்தைக் காக்கும் காவலர்களிடம், "பெரும்பலமும் சக்தியும் கொண்ட ஒரு பறவையானவன் அமுதத்தை அபகரிக்க எண்ணங்கொண்டுள்ளான். அவன் அஃதை அபகரித்து விடக்கூடாது. ஆகையால் உங்களை முன்கூட்டியே எச்சரிக்கிறேன். அவன் அளவிலடங்காத சக்தி கொண்டவன் என்று பிருஹஸ்பதி சொல்லியிருக்கிறார்" என்று சொல்லி எச்சரித்தான்.

தேவர்கள் இதைக் கேட்டு வியந்து, பாதுகாப்பு நடவடிக்கைகளை மேற்கொண்டனர். அவர்கள் அமுதத்தைச் சுற்றி நின்று கொண்டனர். பெரும் வீரம் கொண்டவனும், வஜ்ரதாரியுமான இந்திரனும் அவர்களுடன் நின்றான். பெரும் மதிப்புக் கொண்ட தங்கத்தில் ரத்தினங்கள் பதித்த மார்புக் கவசங்களையும், உறுதியும் பளபளப்புமிக்கத் தோலாலான கவசங்களையும் தேவர்கள் அணிந்தனர். அந்த வலிமைமிக்கத் தேவர்கள், பல்வேறு கூர்முனை கொண்டவையும், பயங்கரமான வடிவங்களில் உள்ளவையுமான பலதரப்பட்ட ஆயுதங்களைத் தரித்தனர். கணக்கிலடங்காதவையாக

இருந்த எல்லா ஆயுதங்களும் நெருப்புப் பொறிகளையும், புகையையும் கக்கிப் பிரகாசித்தன.

நிறையச் சக்கரங்களையும், கூர்முனை முட்களைக் கொண்ட இரும்புத் தண்டங்களையும், திரிசூலங்களையும், போர்க்கோடரிகளையும், பல்வேறு வகைப்பட்ட கூர்முனை கொண்ட கணைகளையும், பளபளப்பான வாள்களையும், கொடூரமான வடிவங்கள் கொண்ட கதாயுதங்களையும், தங்கள் உடல்களில் அவர்கள் தரித்துக் கொண்டனர். பிரகாசமான ஆயுதங்களையும், தெய்வீக ஆபரணங்களையும் தரித்து ஒளிவீசி கொண்டு தங்கள் அச்சத்தைத் தணித்துக்கொண்டு, தேவர்கள் அங்கே காத்திருந்தனர். ஒப்பற்ற பலமும், சக்தியும், பிரகாசமும் கொண்ட தேவர்கள், அமுதத்தைக் காக்கத் தீர்மானித்துக் கொண்டனர். அசுரர்களின் நகரங்களை அழித்தொழிக்க வல்லவர்களான அவர்கள் அப்போது நெருப்பைப் போலக் காட்சியளித்தனர். தேவர்கள் நூறாயிரக்கணக்கான கூர்முனை முட்கள் கொண்ட இரும்புக் கதாயுதங்களைக் கொண்டு அங்கே நின்றதால், அந்த இடமே சூரியனின் கதிர்களால் பிரகாசிக்கும் இன்னொரு வானம் போலவே விளங்கியது.

வாலகில்யர்களின் கோபம்!

முன்பொருகாலத்தில், உயிரினங்களின் தலைவரான கசியபர், புத்திரப்பேறுக்காக வேள்வி நடத்தினார், முனிவர்களும், தேவர்களும், கந்தர்வர்களும் அவருக்கு உதவி செய்தனர். கசியபர், இந்திரனையும், அவனுக்கு உதவியாகத் துறவிகளான வாலகில்யர்களையும், மற்ற தேவர்களையும் வேள்விக்குத் தேவையான எரிபொருளைக் கொணர்வதற்கு நியமித்திருந்தார். தேவனான இந்திரன், மலைக்கு நிகரான பெரும் சுமையைத் தன் பலத்திற்கேற்றபடி எந்தவொரு சிரமுமின்றிக் கொண்டு வந்தான். வரும் வழியில், கட்டைவிரல் அளவே உள்ள வாலகில்ய முனிவர்கள் அனைவரும் சேர்ந்து ஒரு பலாச இலையின் குச்சியைச் சுமந்து கொண்டு வருவதைக் கண்டான்.

அந்த முனிவர்கள் உணவில்லாமல் மிகவும் உடல்மெலிந்து, தங்கள் உடலுக்குள்ளே தங்கள் உடல் மறைந்திருந்தனர். எலும்போடு ஒட்டிய தோலைக் கொண்டிருந்தனர். பலவீனமாக இருந்த அவர்கள் அப்படிச் செல்லும் பாதையிலே மாடுகளின் குளம்புகள் ஏற்படுத்திய பள்ளத்தில் தேங்கிய நீரில் மூழ்கி மிகவும் சிரமப்பட்டனர். புரந்தரன்[27], தனது பலத்தில் கர்வங்கொண்டு, அவர்கள் தலைக்குமேல் தாண்டிச் சென்றதுமட்டுமல்லாமல்[28], அவர்களைத்

---

27 இந்திரன்

28 தலையைத் தாண்டிச் செல்வது அவமதிக்கும் செயலாகவே இன்றும் நம்மால் கொள்ளப்படுகிறது.

திரும்பிப்பார்த்து, கேலியாகச் சிரித்தும் அவமதித்தான். இப்படி அவமதிக்கப்பட்ட முனிவர்கள் மிகுந்த கோபமும், துன்பமும் கொண்டு ஒரு பெரிய வேள்விக்கு ஏற்பாடு செய்து, இந்திரனைப் பீதியடையச் செய்தனர்.

தங்கள் விருப்பத்தை நிறைவேற்ற, விரதங்களை மேற்கொள்பவர்களும், ஞானமுள்ளவர்களும், சிறந்தவர்களுமான அந்தத் துறவிகள் வேள்வித்தீயில், சுத்தமான நெய்யை விட்டு, சத்தமாக, "அனைத்து இடத்திற்கும் தன் விருப்பப்படி செல்லக்கூடியவனும், விரும்பிய அளவு சக்தியை அடையக்கூடியவனும், இருக்கும் தேவர்களின் தலைவனுக்கு அச்சத்தைத் தரக்கூடியவனாக இன்னொரு இந்திரன் உண்டாகட்டும். எங்கள் தவங்களின் பயனாக மனம் போல் வேகங்கொண்டவனாகவும்[29], பயங்கரமானவனாகவும் ஒருவன் தோன்றட்டும்" என்று மந்திரங்களைச் சொன்னார்கள். ஆயிரம் வேள்விகளைச் செய்தவனும் தேவர்களின் தலைவனுமான இந்திரன், இதைக் கேள்விப்பட்டதும், பேரச்சங்கொண்டு, நோன்புகள் நோற்கும் கசியபரிடம் தஞ்சம் புகுந்தான்.

பிரஜாபதியான கசியபர் இந்திரனிடம் இருந்து அனைத்தையும் கேட்டுக்கொண்டு, வாலகில்யர்களிடம் சென்று அவர்களது வேள்வி வெற்றிகரமாக முடிந்ததா என்று கேட்டார். அந்த உண்மை பேசும் முனிவர்கள், "நீங்கள் சொல்வது போலவே நடக்கட்டும்" என்றனர். பிரஜாபதியான கசியபர் அவர்களை அமைதிப்படுத்தி, "பிரம்மனின் வார்த்தைகளால், இவன் மூன்று உலகங்களிலும் தேவர்களுக்குத் தலைவனாக நியமிக்கப்பட்டுள்ளான். துறவிகளே, நீங்களோ மற்றுமொரு இந்திரனை உற்பத்தி செய்யப் பாடுபடுகிறீர்கள்! சிறந்தவர்களே, பிரம்மனின் வார்த்தைகளைப் பொய்யாக்காமல் இருப்பதே உங்களுக்குத்

---

29 மனம் போன்ற வேகம் என்றால் அளவிட முடியாத வேகம் என்று பொருள். இங்கிருந்து நாம் சூரியனை நினைத்துக் கொள்கிறோம். அப்படியானால் நம் மனமானது சூரியனை அடைந்த விட்டதாகப் பொருள். இதுவே அளவிட முடியாத மனோவேகமாகும்.

தகும். உங்களுடைய இந்த முயற்சியும் பலனில்லாமல் போகவேண்டாம். பெரும்பலம் கொண்டவனாக, சிறகுள்ள உயிரினங்களுக்கு இந்திரனாக ஒருவன் தோன்றட்டுமே. உங்கள் முன் பணிந்து நிற்கும் இந்த இந்திரன் மீது கருணை கொள்வீராக" என்று சொன்னார். கசியபரால் இப்படி வேண்டிக்கொள்ளப்பட்ட வாலகில்யர்கள், முனிவர்களில் முதல்வரும், பிரஜாபதியுமான கசியபருக்குத் தங்கள் மரியாதைகளைச் செலுத்திவிட்டுப் பேசத் தொடங்கினர்.

அந்த வாலகில்யர்கள், "பிரஜாபதியே! எங்கள் எல்லோராலும் நடத்தப்படும் இந்த வேள்வியானது ஓர் இந்திரனுக்காகவே நடை பெறுகிறது! உண்மையில் அவன் உமக்கு மகனாகப் பிறக்கவே இந்த வேள்வி நடை பெறுகிறது. இதன் பலனை உமது கையிலேயே விடுகிறோம். இந்த விஷயத்தில் எது நன்மையாகவும், சரியாகவும் இருக்குமோ அதையே செய்வீராக" என்று சொன்னார்கள்.

அப்பொழுது, மனதிற்கினியவளும், நற்பேறு பெற்றவளும், நோன்பு நோற்பவளும், தக்ஷனின் நன்மகளுமான வினதை, பிள்ளைப்பேற்றின் மீதுள்ள ஆசையால், தனது நோன்புகளை முடித்துக் குளித்துத் தன்னைச் சுத்தப்படுத்திக் கொண்டு, உறவுக்கான சரியான கனிதரும் காலம் வந்தவுடன் தன் தலைவனை நெருங்கினாள். கசியபர் அவளிடம், "மதிப்புக்குரியவளே, நான் நடத்திய வேள்வி இப்போது கனி தந்திருக்கிறது. நீ என்ன ஆசைப்பட்டாயோ அஃது உனக்குக் கிடைக்கும். மூன்று உலகங்களுக்கும் தலைவர்களான வீர மகன்கள் இருவர் உனக்குப் பிறப்பார்கள். எனது வேள்வியின் தூய்மையான நோக்கத்தாலும், வாலகில்யர்களின் தவப்பயனாலும், அந்த மகன்கள் மிகுந்த நற்பேறு பெற்றவர்களாகவும், மூவுலகங்களாலும் வழிபடத் தகுந்தவர்களாகவும் இருப்பார்கள்" என்று சொன்னார்.

புகழ்பெற்றவரான கசியபர் மீண்டும் வினதையிடம், "இந்தப் புனிதமான வித்துக்களை, மிகுந்த கவனத்துடன் சுமந்து

வருவாயாக. இந்த இருவரும் சிறகுள்ள உயிரினங்களான அனைத்துப் பறவைகளுக்கும் தலைவர்கள் ஆவார்கள். நினைத்த மாத்திரத்தில் நினைத்த உருவை அடையும் இந்த வீரமிக்க விண்ணோடிகள் மூன்று உலகங்களாலும் மதிக்கப்படுவார்கள்" என்று சொன்னார்.

நடைபெற்ற காரியங்களால் திருப்தியடைந்த கசியபர், ஆயிரம் வேள்வி செய்தவனான இந்திரனிடம், "பெரும் பலமும் வீரமும் மிக்க இரு சகோதரர்கள் உனக்கு உதவி செய்யக் கிடைப்பார்கள். அவர்களால் உனக்கு எந்த இன்னலும் ஏற்படாது. உன் வருத்தம் தீரட்டும், நீயே அனைவருக்கும் தலைவனாக இருப்பாய். இனி எப்போதும், பிரம்மனின் பெயரை உச்சரிப்பவர்களைச் சிறுமைப்படுத்தாதே. இடியைப் போன்ற வார்த்தைகளை உச்சரிப்பவர்களான அந்தக் கோபக்காரர்களை அவமதிக்காதே" என்று அறிவுரை கூறினார்.

இதைக் கேட்ட இந்திரன் பயத்தை விட்டு, தேவலோகம் சென்றான். வினதையும், தனது நோக்கம் நிறைவேறியதால், மிகவும் மகிழ்ந்தாள். அவள் அருணன் மற்றும் கருடன் ஆகிய இரு மகன்களைப் பெற்றாள். குறை உடலுடன் பிறந்தவனான அருணன் சூரியனுக்குச் சாரதியாக நின்றான். கருடனுக்குப் பறவைகளின் தலைமை கொடுக்கப்பட்டது.

தேவர்களைக் கலங்கடித்த கருடன்!

இப்போது, தேவர்கள் போருக்குத் தயாராக இருந்தனர். பறவைகளின் மன்னன் கருடன், அந்த விவேகமுள்ளவர்கள் முன் விரைவாக வந்தான். அவனது பெரும்பலத்தைக் கண்ட தேவர்கள் அச்சத்தால் நடுங்கி, ஆயுதங்களால் ஒருவரையொருவர் தாக்கிக் கொண்டனர். சோமத்தை காப்பவர்களில் அளவிட முடியா பலத்துடனும், நெருப்பு போன்ற சுடரொளியுடனும், பெரும் சக்தியுடனும் கூடியவனுமாக பௌமனன் என்றொருவன் இருந்தான். சிறிது நேரமே நீடித்த ஒரு பயங்கர மோதலுக்குப் பிறகு, பறவைகள் மன்னனான கருடனுடைய கூர்நகங்களாலும், அலகாலும், சிறகுகளாலும் அடிபட்ட அவன் இறந்தவனாகக் களத்தில் வீழ்ந்து கிடந்தான்.

அந்த விண்ணோடி, தனது சிறகுகளால் பெரும்புயலை ஏற்படுத்தி, புழுதிப்படலத்தால் உலகங்களை இருளில் மூழ்க வைத்துத் தேவர்களைத் திகைக்கச் செய்தான். தேவர்கள், அங்கு ஏற்பட்ட புழுதியால் நிலைதடுமாறி மூர்ச்சையாகி விழுந்தனர். அமுதத்தைக் காத்த இறவாதவர்களான தேவர்கள், அந்தத் தூசிப்படலத்தால் குருடாகி கருடனைக் காண முடியாதவர்களாகினர்.

இப்படிக் கருடன் அந்தத் தேவலோகத்தையே கலங்கடித்தான். தேவர்களைக் கலங்கடித்து, தனது சிறகுகளாலும் அலகாலும்

காயங்களை உண்டாக்கினான். பிறகு அந்த ஆயிரம் கண் கொண்ட தேவனான இந்திரன் வாயுவைப் பார்த்து, 'இந்தத் தூசி மழையை மறைய செய்வாயாக. இஃது உண்மையில் உன்னுடைய வேலையே' என்றான். பிறகு, பலம்வாய்ந்த வாயுதேவன் அந்தப் புழுதியை விரட்டியடித்தான். இருள் மறைந்த பிறகு, தேவர்கள் கருடனைத் தாக்கினர். அந்தப் பெரும்பலம் வாய்ந்தவன் தேவர்களால் தாக்கப்படும்போது, யுக முடிவில் வரும் பெரும் மேகம் போலப் பெரிதாக முழங்கி அனைத்து உயிருக்கும் அச்சத்தை ஏற்படுத்தினான்.

எதிரி வீரர்களைக் கொல்பவனும், சக்திமிக்கவனுமான அந்தப் பறவைகளின் மன்னன், தனது சிறகுகளைப் பயன்படுத்தி உயர்ந்தான். இருபுறக்கூர் கொண்ட வாள்கள், கூர்முனை முட்கள் பதித்த இரும்புத் தண்டங்கள், கூரீட்டிகள், கதாயுதங்கள், பளபளப்பான கணைகள், சூரிய வடிவிலான பல சக்கரங்கள், ஆகியவற்றைக் கொண்ட தேவர்களும், இந்திரனும், கருடன் தங்கள் தலைக்குமேல் உயர்வதைக் கண்டனர். அந்தப் பறவைகள் மன்னன், அவர்களை அனைத்துத் திக்குகளிலிருந்தும் பல்வேறு ஆயுதங்களால் தாக்கப்பட்டும், சிறிதும் தள்ளாடாமல் கடும் போர் புரிந்தான். பெரும் வீரம் கொண்ட அந்த வினதையின் மைந்தன், வானில் ஒளிர்ந்து, அனைத்துப் புறங்களிலும் தேவர்களைத் தனது சிறகாலும், மார்பாலும் தாக்கினான். கருடனின் கூர்நகங்களாலும், அலகாலும் தாக்குண்ட தேவர்களின் உடலில் இருந்து அதிகமான இரத்தம் வழிந்தது.

பறவை மன்னனான கருடனால் வீழ்த்தப்பட்ட சாத்யர்களும், கந்தர்வர்களும் கிழக்குப்புறம் பாய்ந்து ஓடினர், வசுக்களும் ருத்ரர்களும் தென்புறமாகவும், ஆதித்யர்கள் மேற்குப்புறமாகவும், அஸ்வினி இரட்டையர்கள் வடபுறமாகவும் ஓடினர். பெரும் சக்தியைக் கொடையாகக் கொண்டவர்கள் போரிலிருந்து ஓடி, ஒவ்வொரு நொடியும் தங்கள் எதிரியைத் திரும்பிப் பார்த்துக் கொண்டிருந்தனர். கருடன், யக்ஷர்களுடனும், பெரும் தைரியம் மிகுந்த

அஸ்வக்கிரந்தன், ரேணுகன், துணிவுமிக்கக் கிரதனன், தபனன், உலூகன், சுவசனன்[30], நிமேஷன், பிரருஜன் மற்றும் புளினன் ஆகியோருடனும் போர் புரிந்தான். வினதையின் மைந்தனான அந்தக் கருடன், தனது சிறகுகளாலும், கூரியநகங்களாலும், அலகாலும் அனைவரையும் கலங்கடித்து, எதிரிகளைத் தண்டிப்பவனும், யுக முடிவில் பின்னாகையை ஏந்தி கோபத்துடன் இருப்பவனுமான சிவனைப் போலக் காட்சியளித்தான். பெரும் வீரமும் துணிவும் கொண்ட யக்ஷர்கள் அந்த விண்ணோடியால் கலங்கடிக்கப்பட்டு, அடர்ந்த இரத்தமழையைப் பொழியும் கரும் மேகக்குவியல் போலக் கிடந்தனர்.

கருடன் அவர்கள் உயிரைக் கவர்ந்து, அமுதம் இருக்கும் இடத்திற்குச் சென்றான். அஃது அனைத்துப்புறத்திலும் நெருப்பால் சூழப்பட்டு இருப்பதைக் கண்டான். அந்தப் பயங்கரமான நெருப்பின் தழல்கள் வானத்தையே மூடியபடி இருந்தன. அத்தழல்கள் பெரும் காற்றால் அசைக்கப்பட்டு, சூரியனையே எரித்து விடுவது போல இருந்தன. அப்போது, புகழ்பெற்றவனான அந்தக் கருடன், எட்டாயிரத்து நூறு வாய்களைக் கொண்ட உருவம் எடுத்துக் கொண்டு, அந்த வாய்களால் விரைவாகப் பல நதிகளின் நீரைத் தன் வாயில் அடக்கிக் கொண்டு, பெரும் வேகத்துடன் திரும்பி வந்தான். அந்த எதிரிகளை அழிப்பவனும், சிறகுகளைத் தன் வாகனமாகக் கொண்டவனுமானமான அந்தக் கருடன், அந்த நீரைக் கொண்டு நெருப்பை அணைத்தான். அந்த நெருப்பை அணைத்தபிறகு அமுதம் இருக்கும் இடத்திற்குள் நுழையும் ஆவலினால் சிறிய உருவத்தை எடுத்துக் கொண்டான்.

---

30 இனிமையாய் பேசுபவன் என்று பொருள்.

அமுதத்தைக் கவர்ந்த கருடனின் மகிமை!

அந்தப் பறவையானாவன், கதிரவனின் கதிர்களைப் போலப் பொன்னொளி கொண்ட உருவம் தரித்துக் கடலில் வேகமாகச் செல்லும் நீரோட்டம் போலப் பெரும் சக்தியுடன், நுழைந்தான். கத்தியைப் போன்ற கூர்மையான முனைகள் கொண்டு இடைவிடாமல் சுழலும் எஃகுச் சக்கரம் ஒன்று அமுதத்தின் அருகே நிறுவப்பட்டிருந்ததைக் கண்டான்.

அமுதத்தைத் திருட வருபவர்களைக் கண்டந்துண்டமாக வெட்டத் தேவர்களால் அமைக்கப்பட்டிருந்த அந்தப் பொறியானது, சூரியனைப் போன்ற பளபளப்புடனும், பயங்கரமான வடிவத்துடனும் இருந்தது. கருடன் அதனுள்ளே நுழைவதற்கு ஒரு வழியைக் கண்டு ஒரு கணநேரம் நின்றான். உடனே, தனது உருவத்தை இன்னும் குறுக்கிக் கொண்டு அந்த சக்கரத்தின் வாள் போன்ற ஆரங்களுக்கிடையே விரைவாக நுழைந்து சென்றான்.

நெருப்பைப் போன்ற ஒளி கொண்டவையையும், மின்னலின் வீச்சு போன்ற பிரகாசமான நாக்குகளைக் கொண்டவையையும், பெரும் ஆற்றல் கொண்டவையையும், வாயிலிருந்து நெருப்பைக் கக்குபவையயும், ஒளிரும் கண்களைக் கொண்டவையையும், விஷத்தையுடையவையையும், மிகப் பயங்கரமானவையையும், எப்போதும் கோபங்கொண்டே திரிபவையையுமான இரண்டு

பெரும் பாம்புகள், அமுதத்தைக் காப்பதற்காகவே அந்தச் சக்கரத்திற்குக் கீழே இருப்பதைக் கண்டான். அவற்றின் கண்கள் இமைக்காமலும், எப்போதும் கோபத்தால் பெரிதாகவும் இருந்தன. எவனொருவன் அந்தம் பாம்புகள் இரண்டில் ஒன்றாலேனும் பார்க்கப்படுகிறானோ அவன் உடனடியாகச் சாம்பலாகிவிடுவான்.

அழகான சிறகுகளையுடைய அந்தப் பறவையான கருடன், திடீரெனப் பாம்புகளின் கண்களில் புழுதியை இறைத்து, அவற்றால் பார்க்க முடியாதபடி செய்து, அனைத்துப்புறங்களிலிருந்தும் அவற்றைத் தாக்கினான். வினதையின் மைந்தனான அந்த விண்ணோடி, அவற்றின் உடல்களைத் தாக்கி, அவற்றைத் துண்டுதுண்டாகச் சிதைத்தான். அதன்பிறகு காலந்தாழ்த்தாமல் அமுதம் இருந்த இடத்திற்குச் சென்றான். அங்கு இருந்த அமுதத்தை எடுத்துக் கொண்டு, தனது சிறகுகளை அடித்து வேகமாகப் பறந்து, அமுதத்தைச் சூழ்ந்திருந்த பொறியை அடித்துத் தூள்தூளாக்கினான். கருடன், அந்த அமுதத்தைக் குடிக்காமலேயே, வெளியே எடுத்து வந்தான். சிறிதும் சோர்வோ தளர்ச்சியோ கொள்ளாமல், கதிரவனின் ஒளியை மங்கச் செய்து வந்த வழியே அவன் திரும்பினான்.

வினதையின் மைந்தனான அந்தக் கருடன், வான்வழியே வந்தபோது, விஷ்ணுவைக் கண்டான். கருடனின் தன்னலமற்ற செயலால் நாராயணன் பெரிதும் மகிழ்ந்தான். அழிவற்ற தெய்வமான அந்த மகாவிஷ்ணு, கருடனிடம், "ஓ, நான் உனக்கு வரம் தர விரும்புகிறேன்" என்றான். அதற்கு அந்த விண்ணோடி, "நான் உமக்கு மேலே இருக்க வேண்டும். அமுதத்தைக் குடிக்காமலேயே நோயற்றவனாக, மரணமற்றவனாக நான் இருக்க வேண்டும்" என்று கேட்டான்.

விஷ்ணு, வினதையின் மகனான அந்தக் கருடனிடம், "அப்படியே ஆகட்டும்" என்றான். கருடன் அந்த இரு வரங்களையும் பெற்றுக்கொண்டு விஷ்ணுவிடம், "நானும்

உமக்கு வரம் தருகிறேன். அதனால் அறுகுணம் கொண்ட நீர் என்னிடம் கேட்கலாம்" என்றான். விஷ்ணு, பெரும் வல்லமை படைத்த கருடனைத் தன்னைச் சுமக்கும் வாகனமாகக் கேட்டான். தனது தேரின் கொடிமரத்தில் அந்தப் பறவைக்கு இடம் கொடுத்து, "இப்படியும், நீ எனக்கு மேலிருக்கலாம்" என்றான்[31]. பெரும் வேகம் கொண்ட அந்த விண்ணோடி நாராயணனிடம், "அப்படியே ஆகட்டும்" என்று சொல்லி, காற்றைக் கேலி செய்யும் வகையில் வேகமாகச் சென்றான். அப்படி அந்த விண்ணோடிகளில் முதன்மையான, சிறகுள்ள உயிரினங்களில் முதன்மையான அந்தக் கருடன் அமுதத்தை அபகரித்துக் கொண்டு காற்றில் பறந்து செல்லும்போது, இந்திரன் அவன் மீது வஜ்ராயுதத்தை ஏவினான்.

பறவை மன்னனான அந்தக் கருடன், போரில் ஈடுபட்ட இந்திரனிடம் சிரித்துக் கொண்டே இனிமையான வார்த்தைகளால், "யாருடைய எலும்பினால் வஜ்ராயுதமானது செய்யப்பட்டதோ[32] அந்த முனிவரை நான் மதிக்கிறேன். வஜ்ராயுதத்தையும், ஆயிரம் வேள்விகள் செய்தவனான உன்னையும் மதிக்கிறேன். அதனால், எனது இந்த இறகு ஒன்றை இதோ போடுகிறேன். அதன் இன்னொரு நுனியை உன்னால் அடைய முடியாது. உனது இடியால் தாக்கப்பட்டாலும், எனக்குச் சிறு வலியும் உண்டாகவில்லை" என்று சொன்ன அந்தப் பறவைகளின் மன்னன், பேசிக்கொண்டே தனது இறகுகளில் ஒன்றைப் போட்டான்.

---

31 கருடன் விஷ்ணுவுக்கு மேலிருக்க வரம் கேட்டான், அது தரப்பட்டதும், அவன் விஷ்ணுவுக்கும் மேலானவன் என்பதால் விஷ்ணுவுக்கு வரம் தர விழைகிறான். விஷ்ணு சமயோசிதமாக கருடன் தன் வாகனமாக வேண்டும் எனக் கேட்கிறான். ஆக புத்திசாலித்தனத்தினால் விஷ்ணு கருடனை வென்று விடுகிறான். தன் வரம் பொய்க்காமல் இருக்க கருடனைத் தன் கொடியிலும் ஏற்றுக் கொண்டு தனக்கு மேலே கருடனை வைக்கிறான். இதுதான் ஞானத்திற்கும், அறிவிற்கும் இடையேயான பேதமாகும். ஞானம் வெல்லும்பொழுது யாருக்கும் தோல்வி உண்டாவதில்லை.

32 ததீசி முனிவர்.

கருடனால் அப்படிப் போடப்பட்ட அந்தச் சிறந்த இறகைக் கண்ட அனைத்து உயிர்களும் மிகுந்த மகிழ்ச்சியை அடைந்தன. அந்த இறகு அழகாக இருப்பதைக் கண்டு "இந்தப் பறவையானவன், சுபர்ணன் என்று அழைக்கப்படட்டும்" என்றனர். ஆயிரங்கண் கொண்ட புரந்தரன், அந்த அற்புத நிகழ்வைக் கண்டு, அந்தப் பறவையை ஒரு பேருயிர் என்றெண்ணினான். அப்படி எண்ணிய இந்திரன், "பறவைகளில் சிறந்தவனே! கருடா! நான் உனது பலத்தின் எல்லையை அறிய விரும்புகிறேன். நான் உன்னுடன் நிலைத்த நட்பு கொள்ள விரும்புகிறேன்" என்று கேட்டான்.

பாம்புகளின் நாவு பிளந்தது!

அதன் பின்பு கருடன், "புரந்தரா! நீ விரும்புவது போலவே உனக்கும் எனக்குமான இடையில் நட்பு உண்டாகட்டும். எனது பலம் தாங்க முடியாதது என்பதை அறிந்து கொள்வாயாக. ஆயிரம் வேள்வி செய்தவனே! தன் பலத்தைத் தானே உயர்வாகப் பேசுவதை நல்லவர்கள் அனுமதிக்க மாட்டார்கள், தங்கள் பெருமையையும் பேச மாட்டார்கள். நண்பனே! காரணமில்லாத தற்பெருமை சரியானதல்ல என்றாலும், நீ நண்பனாகிவிட்டுக் கேட்டபடியால், உனக்குப் பதிலளிக்கிறேன். சக்ரா! மலைகளுடனும், கானகங்களுடனும் பெருங்கடல்களின் நீருடனும் இருக்கும் இந்த முழுப் பூமியை, அதன் மேல் நீ இருப்பினும் எனது இறகு ஒன்றைக் கொண்டே என்னால் சுமக்க முடியும். அனைத்து உலகங்களையும், அதனுள் இருக்கும் அசைவன, அசையாதன ஆகியவற்றையும் ஒன்றாகச் சேர்த்தாலும் அனைத்தையும் சோர்வில்லாமல், எனது பலத்தால் நான் சுமக்க முடியும் என்பதை நீ அறிந்து கொள்வாயாக" என்றான்.

இப்படிப் பெரும் துணிவுமிக்கக் கருடன் பேசியதும், மகுடத்தை அணிந்தவனும், தேவர்களுக்குத் தலைவனும், எப்போதும் உலகத்தின் நன்மையைக் கருதி நிற்பவனுமான இந்திரன், "நீ சொல்வது போல் தான் இருக்கிறது. அனைத்தும் உனக்குச் சாத்தியப்படும். உள்ளம் நிறைந்த எனது உண்மையான நட்பை இப்போது ஏற்றுக் கொள்வாயாக. சோமத்தை

வைத்து உனக்கெந்தப் பயனும் இல்லையென்றால், அதை என்னிடம் திருப்பிக் கொடுத்துவிடு. நீ யாரிடம் இதைக் கொண்டு போகிறாயோ, அவர்கள் எப்போதுமே எங்களை எதிர்ப்பவர்களாவர்" என்று மறுமொழி கூறினான்.

அதற்குக் கருடன், "இந்தச் சோமத்தை நான் எடுத்துச் செல்ல ஒரு காரணம் இருக்கிறது. இந்தச் சோமத்தை யாரும் அருந்துவதற்குத் தரமாட்டேன். ஆயிரங்கண் கொண்டவனே! தேவலோகத் தலைவனே! நான் இதைக் கீழே வைத்தவுடன், அதை உடனே எடுத்துக் கொண்டு வந்து விடுவாயாக" என்றான்.

அதற்கு இந்திரன், "முட்டையிடும் இனத்தைச் சேர்ந்தவனே! உன்னால் இப்போது சொல்லப்பட்ட வார்த்தைகளைக் கேட்டு நான் பெரிதும் மகிழ்கிறேன். விண்ணோடிகளில் சிறந்தவனே! என்னிடம் இருந்து நீ விரும்பும் ஏதாவது வரத்தைப் பெற்றுக் கொள்வாயாக" என்றான்.

அதன்பிறகு கருடன், கத்ருவின் மைந்தர்களை நினைவில் கொண்டு, ஏமாற்று வேலையால் ஏற்பட்ட தனது தாயின் அடிமைக் கட்டையும், நன்றாகத் தெரிந்த அதன் காரணத்தையும்[33] நினைவுகூர்ந்து, "என்னதான் எல்லா உயிரினங்களையும் ஆளுமை செய்யும் பலம் எனக்கு இருந்தாலும், நீ சொன்னபடியே ஒரு வரம் கேட்கிறேன். சக்ரா, வலிமைமிக்கப் பாம்புகளே எனது உணவாகட்டும்" என்று கேட்டான்.

---

33 இங்கு 'நன்றாகத் தெரிந்த காரணம்' என்பது அருணனின் சாபம் என்று கங்குலி விளக்குகிறார். குழந்தை வரத்தை கத்ரு முதலில் கேட்டாள். அவளுக்கு ஆயிரம் பாம்புகள் பிறந்தன. அவளை அடுத்து குழந்தை வரம் கேட்ட வினதை, தன் சகோதரிகளின் புத்திரர்களை விட உயர்வான புத்திரவரம் கேட்டாள். அதே போல் பாம்புகள் பிறந்தும், தன் குழந்தைகள் பிறக்காமல் இருந்த போது வினதை பொறாமையால் அவசரப்பட்டு முட்டையை உடைத்து அரைகுறை வளர்ச்சி கொண்ட அருணன் பிறந்து சபித்தான். அருணனின் பலம் கண்டு பொறாமை கொண்ட கத்ரு வினதையை அடிமையாக்கினாள். வினதை அடிமையானபோது கருடன் பிறக்காததால் கருடனும் வினதையுடன் அடிமை ஆனான். அருணன் முன்பே பிறந்துவிட்டதால் அவன் அடிமை ஆகவில்லை). ஆக இந்த அனைத்து நிகழ்வுகளுக்கும் மூல காரணம் சகோதரிகளுக்கு இடையேயான பொறாமையே ஆகும்.

இதைக்கேட்டவனும், தானவர்களைக் கொல்பவனுமான இந்திரன், "அப்படியே ஆகட்டும்" என்று சொல்லிவிட்டு, தேவாதி தேவனும், பேருயிரும், யோகிகளின் தலைவனுமான ஹரியிடம் சென்றான். ஹரியும், கருடன் கூறிய அனைத்தையும் அங்கீகரித்தான். தேவலோகத்தின் புகழ்பெற்ற தலைவனான இந்திரன், கருடனிடம், "சோமத்தை நீ கீழே வைத்தவுடன், அதை நான் எடுத்து வந்துவிடுகிறேன்" என்று சொல்லிக் கருடனுக்கு விடைகொடுத்து அனுப்பினான். பிறகு, அழகான இறகுகளைக் கொண்ட அந்தப் பறவையானவன், தனது தாயான வினதையின் இருப்பிடத்திற்கு வேகமாக வந்து சேர்ந்தான்.

பெருமகிழ்ச்சியில் இருந்த கருடன், அனைத்துப் பாம்புகளிடமும், "நான் இப்போது அமுதத்தைக் கொண்டு வந்துவிட்டேன். இந்த அமுதகலசத்தை இந்தத் தர்ப்பைப் புல்லின் மீது வைக்கிறேன். நீங்கள் சென்று உங்களைத் தூய்மைப்படுத்திக் கொண்டு, வழிபாடுகளையும், சடங்குகளையும் முடித்து, இங்கமர்ந்து அமுதத்தைக் குடியுங்கள். நீங்கள் இட்ட உத்தரவை நான் நிறைவேற்றிவிட்டதால், நீங்கள் சொன்னவாறே, இன்றே, இப்போதே என் தாயார் வினதை அடிமைக்கட்டிலிருந்து விடுபடட்டும்" என்று சொன்னான். பாம்புகளும் கருடனிடம், "அப்படியே ஆகட்டும்" என்று சொல்லித் தங்களைத் தூய்மைப்படுத்திக் கொள்ளச் சென்று விட்டன.

அதே வேளையில், சக்ரன்[34], அமுதத்தை எடுத்துக் கொண்டு தேவலோகம் சென்றுவிட்டான். பாம்புகளும் தங்களைச் சுத்தப்படுத்திக் கொண்டு, தங்கள் வழிபாடுகளையும், சடங்குகளையும் முடித்துக் கொண்டு, அமுதத்தைக் குடிக்க மிகுந்த ஆவலுடனும் மகிழ்ச்சியுடனும் வந்தன. அமுதம் வைக்கப்பட்டிருந்த, அந்தக் தர்ப்பைப்புற்களால் ஆன படுக்கை வெறுமையாக இருப்பதையும், தாங்கள்

---

34 இந்திரனின் மற்றுமொரு பெயர்

ஏமாற்றியதற்குப் பதில் நடவடிக்கையாகத் தாங்கள் வஞ்சிக்கப்பட்டதையும் அறிந்தனர். பிறகு ஆர்வமிகுதியால் அமுதம் வைக்கப்பட்டிருந்ததால் அந்தத் தர்ப்பைப்புற்களைத் தங்கள் நாவால் நக்கத் தொடங்கின. இந்தச் செயலால், அந்தப் பாம்புகளின் நாக்குகள் இரண்டாகப் பிளந்தன[35]. அமுதத்துடன் இருந்த தொடர்பால், அந்தத் தர்ப்பைப் புற்களும் தெய்வீகத் தன்மையை அடைந்தன. இப்படியே புகழ்மிக்கக் கருடன், பாம்புகளுக்காக அமுதத்தைக் கொண்டு வந்தான். இவ்வாறே கருடன் செய்த செயலால் பாம்புகளின் நாவுகளும் பிளந்தன.

அதன்பிறகு அந்த அழகான இறகுகளைக் கொண்ட அந்தப் பறவையானவன், பெரும் மகிழ்வுற்று, அந்த அழகான கானகத்தில், தனது தாயான வினதையுடன் மகிழ்ச்சியாக வாழ்ந்தான். மகத்தான செயல்களைப் புரிந்தும், அனைத்து விண்ணோடிகளாலும் பெரிதும் மதிக்கப்பட்டும் பாம்புகளைத் தின்றும் தன் தாயான வினதைக்கு மகிழ்ச்சியை ஏற்படுத்தினான். எந்த மனிதன் இந்தக் கதையைக் கேட்பானோ, எவன் இதைப் படிப்பானோ, எவன் இஃதை உரைப்பானோ, அவர்கள் நிச்சயம் சொர்க்கத்தை அடைவார்கள். கருடனின் அருஞ்செயல்லை ஒப்பிப்பவன் பெறற்கரிய நற்பேறுகளைப் பெறுவான்.

---

35 ஒரு வேளை அமுதம் கீழே சிந்தியிருக்குமோ என்ற நப்பாசையினால், பாம்புகள் குசப்புற்களை நக்கின. குசப்புற்கள் கூர்மையாக இருக்குமாதலால் அவற்றின் நாக்குகள் இரண்டாகப் பிளந்தன. சில புராணங்களில் அமுதம் ஒரு துளி சிந்தியதாகவே உள்ளது. அமிர்தம் பட்டதாலேயே தர்ப்பைப் புற்கள் புனிதமானதாகின.

உலகைத் தாங்கு ஆதிசேஷா!

பாம்புகளின் பட்டியல் மிக நீண்டதாகும். பாம்புகளில், சேஷன் முதலில் பிறந்தான், அதன்பிறகு வாசுகி, ஐராவதன், தக்ஷகன், கார்க்கோடகன், தனஞ்சயன், காளியன், மணிநாகன், ஆபூரணன், பிஞ்சரகன், ஏலாபத்ரன், வாமனன், நீலன், அநீலன், கல்மாஷன், சபலன், ஆர்யகன், உக்கிரகன், சதிகன், சலபோதகன், சூரமுகன், ததிமுகன், விமலபிண்டகன், ஆப்தன், கரோடகன், சங்கன், வாலிசிகன், நிஷ்டானகன், ஹேமகுஹன், நஹுஷன், பிங்களன், பாஹ்யகர்ணன், ஹஸ்திபதன், முத்கரபிண்டகன், கம்பலன், அசுவதரன், காளீயகன், விருத்தன், சம்வர்த்தகன், பத்மன், மஹாபத்மன், சங்கமுகன், கூச்மாண்டகன், கூஷமகன், பிண்டாரகன், கரவீரன், புஷ்பதம்ஷ்டிரகன், பில்வகன், பில்வபாண்டுரன், மூஷிகாதன், சங்கசிரசன், பூர்ணபத்திரன், ஹரித்திரகன், அபராஜிதன், ஜியோதிகன், ஸ்ரீவஹன், கௌரவ்யன், திருதராஷ்டிரன், சங்கபிண்டன், விரஜசன், சுபாகு, சாலிபிண்டன், பிரபாகரன், ஹஸ்திபிண்டன், பிடரகன், சுமுக்ஷன், கௌணபாசனன், குடரன், குஞ்சரன், குமுதன், குமதாக்ஷன், தித்திரி, ஹலிகன், கர்த்தமன், பகுமூலகன், கர்க்கரன், அகர்க்கரன், குண்டோதரன் மற்றும் மகோதரன் ஆகியோர் பிறந்தனர்.

முக்கியமான பாம்புகளின் பெயர்கள் இவையே. இந்தப் பாம்புகளின் பிள்ளைகள், பேரப்பிள்ளைகள் எனப் பலர்

உள்ளனர். இதைச் சிந்தித்து அவர்கள் பெயரையெல்லாம் யாரும் உரைத்துவிட முடியாது. இந்த உலகில் உள்ள பாம்புகளின் எண்ணிக்கை கோடிக்கணக்கானவை, அவற்றை எண்ணமுடியாது".

பாம்புகளில் புகழ்வாய்ந்தவனும், சிறப்பு மிக்கவனுமான சேஷன், தனது தாயை விட்டுச் சென்று, கடுமையான விரதங்களை நோற்றுக் காற்றை மட்டும் உண்டு, கடுந்தவம் செய்தான். அவனது தவங்களை கந்தமாதன மலையிலும், பதரி, கோகர்ண மலைகளிலும், புஷ்கர வனத்திலும், இமய மலையின் அடிவாரத்திலேயும் மேற்கொண்டான்.

சேஷன் தனது காலத்தை அந்தப் புனிதமான இடங்களிலேயே உறுதியாக விரதங்களை நோற்றுக் கழித்தான். சில இடங்கள் தீர்த்தப் பெருமை கொண்டவையாகவும், சில இடங்கள் தலப்பெருமை கொண்டவையாகவும், புனிதத்தன்மை வாய்ந்ததாவையாகவும் இருந்தன. சேஷன், அந்த இடங்களில் ஒரே குறிக்கோளுடன், தனது உணர்ச்சிகளை அடக்கிக் கொண்டு கடும் தவம் இருந்தான். எல்லோருக்கும் பெருந்தகப்பனான பிரம்மன், துறவியான அந்த சேஷனை, தலையில் சடை தரித்தவனாக, கந்தல்துணியை உடுத்தியவனுமாக கடுந்தவம் பயில்பவனாக, தனது சதைகளும், தோலும், சதை நார்களும் வற்றிப் போய் இருந்தவனுமாகக் கண்டான். அந்தப் பிரம்மன், தவம் பயிலும் பெரும் உறுதி கொண்ட அந்த சேஷனிடம், "சேஷா! நீ என்ன இன்னலை ஏற்படுத்திக் கொண்டிருக்கிறாய்?[36] உலகங்களில் வாழும் மற்ற உயிர்களின் நன்மையும் உனது எண்ணத்தில் இருக்கட்டும். பாவங்களற்றவனே! உனது கடுந்தவத்தால் நீ மற்ற உயிரினங்களை வருத்திக் கொண்டிருக்கிறாய். சேஷா! உனது இதயத்தில் குடிகொண்டிருக்கும் விருப்பத்தை என்னிடம் சொல்வாயாக" என்று கேட்டான்.

---

36 மனத்தில் குறிக்கோளுடன் யாராவது தொடர்ந்து தவம் செய்தால் அதனால் மூவுலகத்தினரும் இன்னலை அடைவார்கள் என்று கூறப்படுகிறது. அவர்கள் வேண்டும் வரத்தைத் தந்து தெய்வங்கள் அவர்களை மன நிறைவு கொள்ளச் செய்ய வேண்டும். தவத்திற்கு அவ்வளவு சக்தி உண்டு.

அதற்குச் சேஷன், "என்னுடன் ஒரே கருவறையில் பிறந்தவர்களான மற்ற பாம்புகள் அனைவரும் இதயத்தால் தீயவர்களாக இருக்கிறார்கள். நான் அவர்களுடன் வாழ விரும்பவில்லை. இஃது உம்மால் அங்கீகரிக்கப்படட்டும். அவர்கள், பகைவர்களைப் போல், ஒருவருக்கு ஒருவர் பொறாமை கொண்டுள்ளனர். எனவே, நான் தவத்துறவுகளில் ஈடுபட வந்துவிட்டேன். நான் அவர்களைப் பார்க்கவும் விரும்பவில்லை. வினதையிடமும், அவளது மகனான கருடனிடமும் அவர்கள் அன்புடன் இருப்பதில்லை. விண்ணை அதிகாரம் செய்யும் வல்லமை பெற்றிருக்கும் அந்த வினதையின் மைந்தன் எங்களுக்கு மற்றுமொரு சகோதரனே. அவனை அவர்கள் எப்போதும் பகைக்கிறார்கள். எங்கள் தந்தை உயரான்ம கசியபரின் வரத்தால், அந்தக் கருடன் பெரும் பலத்துடன் இருக்கிறான். அடுத்தப் பிறவியிலும் எனக்கு அவர்கள் உறவு இல்லாதபடி தவம் செய்து நான் என் உடலைக் கைவிடப்போகிறேன்" என்றான் பிரம்மனிடம்.

அதற்கு பெருந்தகப்பனான பிரம்மன், "சேஷா! உன் சகோதரர்களின் நடத்தையையும், தாயை மறுத்துப் பேசியதால் அவர்கள் எதிர்நோக்கியிருக்கும் ஆபத்தையும் நான் அறிவேன். ஆனால் அதற்கு முன்பே, பாம்பே! அதற்கான பரிகாரத்தை நான் கொடுத்திருக்கிறேன். அதனால் நீ உனது சகோதரர்களைக் குறித்து வருந்தாதே. சேஷா, நீ விரும்பும் வரத்தைக் கேட்பாயாக. உன் தவத்தால் நான் பெரிதும் மகிழ்ச்சியடைகிறேன். எனவே, இன்று உனக்கு ஒரு வரம் தருகிறேன். பாம்புகளில் சிறந்தவனே! உனது மனம் அறத்தில் நிலைத்திருப்பது நல்லதே. உனது மனம் மேலும், மேலும் அறம் சார்ந்தே இருக்கட்டும்" என்றான்.

சேஷன், "தெய்வீகமானவரே! பெருந்தகப்பனே! அனைவருக்கும் தேவனே! எனது இதயம் எப்போதும் அறத்திலும், அருள் நிறைந்த ஆன்ம தவத்திலும் இன்பம் அடையட்டும். இவ்வரத்தையே நான் விரும்புகிறேன்" என்று கேட்டான்.

பிரம்மன், "சேஷா! தன்னலமற்ற தன்மையையும், அமைதிக்கான உன் விருப்பத்தையும் அறிந்து நான் பெருமகிழ்வு கொள்கிறேன். ஆனால் என்னுடைய ஆணைக்கிணங்க, என் படைப்புகளின் நன்மைக்காக நீ இந்தச் செயலை செய்யவேண்டும். இன்று முதல், மலைகளுடனும், கானகங்களுடனும், கடல்களுடனும், நகரங்களுடனும், தோட்டங்களுடனும் இருக்கும் இந்த உறுதியற்ற பூமியை, சரியாகவும் சிறப்பாகவும் தாங்கிக் கொள்வாயாக. உன் ஆதரவால் பூமாதேவி உறுதியுடன் இருப்பாள்" என்றான்.

சேஷன், "அனைத்து உயிர்களுக்கும், பூமிக்கும், படைக்கப்பட்ட அனைத்து பொருள்களுக்கும், அண்டத்திற்கும் தேவனே! அனைத்து வரங்களையும் அளிப்பவரே! நீர் சொல்வது போலவே, நான் இந்தப் பூமியை உறுதியாகத் தாங்கிக் கொள்வேன். அனைத்து உயிர்களுக்கும் தலைவரே, எனவே, பூமியை என் தலையில் வைப்பீராக" என்றான்.

பிரம்மன் அந்த சேஷனிடம், "பாம்புகளில் சிறந்தவனே! பூமிக்கடியில் செல்வாயாக, நீ உள்ளே கடந்து செல்வதற்காக அவளே தன்னுள் பிளவு ஏற்படுத்தி வழி தருவாள். சேஷா, நீ பூமியைத் தாங்கி, என்னால் பெரிதும் மதிக்கப்படும் செயலைச் செய்வாயாக" என்றான்.

பாம்புகள் மன்னன் வாசுகியின் அண்ணனான சேஷன், ஒரு பொந்துக்குள் புகுந்து, பூமியின் மறுபுறம் சென்று, எங்கும் பரவியிருந்த கடல் என்னும் கச்சையுடன் சேர்த்து, பூமாதேவியைத் தனது தலையால் முட்டுக் கொடுத்துத் தாங்கினான்.

பிரம்மன், "சேஷா! பாம்புகளில் சிறந்தவனே! நீயே தர்ம தேவன், ஏனெனில், என்னையோ, இந்திரனையோ போலத் தனியாளாக, உன் பெரும் உடலுடன், இந்தப் பூமியை அதன் எல்லாப் பொருளுடனும் சேர்த்துத் தாங்குகிறாய்" என்றான்.

அந்தப் பாம்பு, சேஷன், தேவன் ஆனந்தன், அந்தப் பெரும் ஆற்றல் மிக்கவன், பிரம்மனின் கட்டளையால், அன்று முதல் பூமிக்கடியில் தனியாக உலகத்தைத் தாங்கிக் கொண்டு நிற்கிறான். புகழ்மிக்கப் பெருந்தகப்பனான பிரம்மன், இறவாதவர்களில் சிறந்தவனும், அனந்தனுமான சேஷனின் உதவிக்காக அழகான இறகுகள் கொண்ட வினதையின் மைந்தனை கருடனை நியமித்தான்.

பாம்புகளின் ஆலோசனை!

பாம்புகளில் சிறந்தவனான வாசுகி, தனது தாயின் சாபத்தைக் கேட்டு, அந்தச் சாபத்தை எப்படிச் செயலிழக்க வைப்பது என்பது குறித்து சிந்தித்தான். தனது சகோதரர்கள் ஐராவதன் மற்றும் ஏனைய பாம்புகளுடன் சேர்ந்து எந்தக் காரியத்தைச் செய்தால் அது சிறந்ததாக இருக்கும் என்பது குறித்து ஆலோசனை நடத்தினான்.

வாசுகி, "பாவமற்றவர்களே! சாபத்தின் காரணம் உங்கள் அனைவருக்கும் தெரியும். அந்தச் சாபத்தைச் செயலிழக்க வைக்க முயற்சி செய்ய வேண்டும். சாபங்கள் அனைத்திற்கும் பரிகாரம் உண்டு. ஆனால் தங்கள் தாயினால் சபிக்கப்பட்டவர்களுக்குப் பரிகாரம் கிடையாது. மாற்றமில்லாதவனும், முடிவில்லாதவனும், உண்மையானவனுமான பிரம்மனின் முன்னிலையில் இந்தச் சாபம் இடப்பட்டதைக் கேட்டு என் இதயம் நடுங்குகிறது. அந்த மாற்றமில்லாத தலைவன் நமது தாயைச் சபிக்க விடாமல் தடுக்காததால், நமக்கு அழிவுகாலம் வந்துவிட்டது என்பது நிச்சயம்.

எனவே, பாம்புகளைப் பாதுகாப்பது எப்படி என்பது குறித்து இன்று ஆலோசிப்போம். நேரத்தை நாம் வீணடிக்கவேண்டாம். நீங்கள் அனைவருமே புத்திசாலிகள்; முடிவெடுப்பதில் சிறந்தவர்கள். முற்காலத்தில் குகைக்குள் ஒளிந்து கொண்ட

அக்னியை மீண்டும் தேவர்கள் அடைந்ததைப் போல, நாம் ஒன்றாக ஆலோசித்து, பாம்புகளின் அழிவுக்கான ஜனமேஜயனின் வேள்வி நடைபெறாதவாறும், நாம் அழிவைச் சந்திக்காதவாறும் விடுதலைக்கான வழிகளைக் கண்டுபிடிப்போம்" என்றான்.

வாசுகியால் இப்படிக் கேட்டுக்கொள்ளப்பட்ட கத்ருவின் வாரிசுகளான பாம்புகள் ஒன்றாகக் கூடி, தங்கள் கருத்துக்களை ஒருவரோடொருவர் பரிமாறிக் கொண்டனர். பாம்புகளில் ஒரு தரப்பு, "உயர்ந்த பிராமணர்களின் வேடம் புனைந்து, ஜனமேஜயனிடம் 'உன் வேள்வி நடக்கக்கூடாது' என்று வேண்டிக் கேட்டுக் கொள்வோம்" என்றன.

தங்களை விவேகிகளாக நினைத்துக் கொண்ட சில பாம்புகள், "நாம் அவனுக்கு விருப்பமான ஆலோசகர்களாக ஆக வேண்டும். பிறகு எந்தக் காரியமாக இருந்தாலும், அவன் நிச்சயமாக நம் ஆலோசனைகளைக் கேட்பான். நாம் வேள்வி தடைபடும்படியாக அவனுக்கு ஆலோசனை அளிப்போம். விவேகிகளில் முதன்மையான மன்னனான ஜனமேஜயன் நம்மை மேன்மையானவர்களாக மதித்துத் தன் வேள்வியைக் குறித்து நம்மிடம் நிச்சயம் கேட்பான். நாம் 'அது நடக்கக் கூடாது' என்று சொல்லி, அதனால் இவ்வுலகத்திலும் அடுத்த உலகத்திலும் ஏற்படும் எனப் பொய்யாகத் தீமைகளைச் சுட்டிக்காட்டி, அந்த வேள்வி நடக்காமல் பார்த்துக் கொள்வோம். அல்லது எவன் பாம்பு வேள்வியின் சடங்குகளை நன்கறிந்தவனோ, எவன் அந்த ஏகாதிபதி ஜனமேஜயனின் நன்மையை எண்ணி வேள்விப்புரோகிதனாக நியமிக்கப்படுவானோ, அந்த மனிதன் மரணமடையும் வகையில், பாம்புகளில் ஒருவன் அவனைக் கடிக்கட்டும். வேள்விப் புரோகிதன் இறந்தால் அந்த வேள்வி நிறைவு பெறாது. பாம்பு வேள்வியின் சடங்குகளை அறிந்தவர்கள் எவரோ, வேள்வியின் ரித்விக்குகளாக நியமிக்கப்படக்கூடியவர்கள் எவரோ, அவர்கள் அனைவரையும் கடித்து, அதன் மூலம் நம்

நோக்கத்தை நாம் நிறைவேற்றிக் கொள்வோம்" என்று சொல்லின.

ஒழுக்கமும், கருணையும் கொண்ட சில பாம்புகள், "உங்களது இவ்வாலோசனை தீமையானது. பிராமணர்களைக் கொல்வது தகாது. ஆபத்துக் காலங்களில் நீதிமிக்க நல்லோரின் நடைமுறைகளால் அருளப்பட்ட பரிகாரங்களே சரியானது ஆகும். அநீதியானது இறுதியில் உலகத்தை அழித்துவிடும்" என்றன.

வேறு சில பாம்புகள், "நாம் ஒளியுடைய மின்னலுடன் கூடிய மேகங்களாக மாறிச் சென்று, மழையைப் பொழிந்து எரியும் வேள்வித்தீயை அணைத்துவிடுவோம்" என்றன. வேறு சில சிறந்த பாம்புகள், "இரவில் சென்று சோமரசம் உள்ள பாத்திரத்தைத் திருடிச் சென்றுவிடுவோம். அஃது அந்தச் சடங்குக்குத் தடங்கலைச் செய்யும். அல்லது, அந்த வேள்வியில் நூற்றுக்கணக்கான ஆயிரக்கணக்கான பாம்புகள் மக்களைக் கடித்து, எங்கும் பீதியைப் பரப்பட்டும். அல்லது, பாம்புகள், தங்கள் சிறுநீரையும் மலத்தையும் கலந்து தூய உணவைக் களங்கப்படுத்தட்டும்" என்றன.

வேறு சில பாம்புகள், "நாம் மன்னன் ஜனமேஜயனின் ரித்விக்குகளாக மாறி, ஆரம்பத்திலேயே 'எங்களுக்கு வேள்விக்கான தக்ஷிணையைக் கொடு' என்று கேட்டு அவனது வேள்வியைத் தடுப்போம். அவன் நம் சக்திக்கு உட்பட்டு நாம் விரும்புவதைச் செய்வான்" என்றன. அங்கே இருந்த வேறு சில பாம்புகள், "மன்னன் ஜனமேஜயன் நீரில் நீந்தி விளையாடும்போது, அவனைத் நமது இருப்பிடத்திற்குத் தூக்கிச் சென்று, அந்த வேள்வி நடைபெறாதவாறு அவனைக் கட்டிப் போடுவோம்" என்றன. இன்னும் சில தங்களைப் புத்திசாலிகளாகக் கருதிக் கொண்டு, "மன்னன் ஜனமேஜயனை அணுகி, நம் நோக்கம் நிறைவடையும் வகையில் அவனைக் கடிப்போம். அவனுடைய மரணத்தால் தீமைகள் அனைத்தின் வேர்களும் அறுந்துவிடும். கண்களால்

கேட்பவனே!37, இதுவே எங்கள் அனைவரின் முடிவான தீர்மானமாகும். நீ சரியென்று கருதுவதை விரைவாகச் செய்வாயாக" என்றன.

இவ்வாறு சொல்லிவிட்டுக் குறிப்பாக பாம்புகளில் சிறந்த வாசுகியின் பதிலை எதிர்பார்த்து அவனை நோக்கின. சிறிது நேரம் சிந்தித்த வாசுகி, "பாம்புகளே, நீங்கள் சொன்ன முடிவான தீர்மானம் பின்பற்றுவதற்குத் தகுந்ததாக இல்லை. உங்கள் அனைவரின் ஆலோசனைகளும் எனக்குப் பிடித்த வகையில் இல்லை. உங்கள் நன்மைக்காக நான் என்ன சொல்ல முடியும்? புகழ்மிக்க கசியபரின் கருணை மட்டுமே நமக்கு நன்மை செய்ய முடியும் என்று நான் நினைக்கிறேன். பாம்புகளே, உங்கள் பரிந்துரைகள் அனைத்திலும் எதையும் எனது நன்மைக்காகவும், நமது குல நன்மைக்காகவும் பின்பற்றுவது என்பதை என் இதயம் அறியவில்லை. உங்கள் நன்மைக்காக நான் என்ன செய்யவேண்டுமோ, அதைச் செய்தாக வேண்டும். அந்தச் செயலின் நன்மையோ, தீமையோ என்னைச் சேர்ந்தது என்பதே என்னை இவ்வளவு கவலையடையச் செய்கிறது" என்று பதிலளித்தான்.

---

37 பாம்புகளுக்கு புறக்காது கிடையாது. கட்செவி கண்களில் செவிகொண்டவை பாம்புகள் என தமிழ் இலக்கியங்கள் கூறும். பாம்பின் தலையில் செவியின் அமைப்பு கண்களுக்கு மத்தியில் உள்ளது. அது தரையில் மற்றும் காற்றில் ஏற்படும் அதிர்வுகளை ஒலியாக உணரச் செய்யும் என அறிவியலும் சொல்கிறது. அசுணமா என்ற பாம்பு பலத்த முரசொலி எழுப்பினால் இறந்து விடும் எனத் தமிழ் இலக்கியங்கள் சொல்கின்றன.

ஏலாபத்திரன் ஞானம்!

அனைத்துப் பாம்புகளின் பேச்சையும், வாசுகியின் வார்த்தைகளையும் கேட்ட ஏலாபத்திரன், அந்தப் பாம்புகளிடம், "அந்த வேள்வி தடுக்கப்படக் கூடியதல்ல. எவனிடமிருந்து இந்த அச்சம் தோன்றியிருக்கிறதோ, அந்தப் பாண்டவ குலத்து மன்னன் ஜனமேஜயனும் தடுக்கப்பட முடியாதவனே. வாசுகி மன்னா, எவன் விதியினால் பாதிக்கப்பட்டானோ, அவன் விதியிடம் மட்டுமே தஞ்சம் அடைய வேண்டும். வேறு எதுவும் அவனுக்குப் புகலிடமாக அமைய முடியாது. பாம்புகளில் சிறந்தவர்களே, நமது அச்சத்தின் காரணம் விதியில் வேர் விட்டிருக்கிறது. எனவே, விதி மட்டுமே நமது புகலிடமாக இருக்க முடியும். நான் சொல்வதைக் கேட்பீராக. பாம்புகளில் சிறந்தவர்களே, அந்தச் சாபம் உச்சரிக்கப்படும்போது, அச்சத்தினால் நான் நமது தாய் கத்ருவின் மடியிலேயே பதுங்கியிருந்தேன். பாம்புகளில் சிறந்தவர்களே, பெரும் காந்தி மிக்கத் தலைவனே, அந்த இடத்தில், கவலை கொண்ட தேவர்கள் பெருந்தகப்பனான பிரம்மனிடம் பேசும் வார்த்தைகள் எனக்குக் கேட்டன.

அந்தத் தேவர்கள், "பெருந்தகப்பனே!, தேவர்களுக்குத் தேவா! உமது இருப்பை உணர்ந்தும், இவ்வளவு அன்பானப் புதல்வர்கள் கிடைத்தும், இந்தப் பாவி கத்ருவைத் தவிர வேறு எவரால் உம் முன்னிலையிலேயே இவ்வாறு சபிக்க முடியும்? பெருந்தகப்பனே, 'அப்படியே ஆகட்டும்' என்று

நீரும் கத்ருவை அங்கீகரித்துள்ளீரே. அவள் அப்படிச் செய்வதை நீர் ஏன் தடுக்கவில்லை என்பதை நாங்கள் அறிய விரும்புகிறோம்" என்றனர்.

அதற்குப் பிரம்மன், "பாம்புகள் பல்கிப் பெருகிவிட்டன. அவை கொடூரமானவையாகவும், உருவத்தால் பயங்கரமானவையாகவும், மிகுந்த விஷத்தன்மை கொண்டவையாகவும் இருக்கின்றன. எனது படைப்புகளின் நன்மையை விரும்பி, நான் கத்ருவைத் தடுக்கவில்லை. விஷத்தன்மையுள்ள எந்தப் பாம்புகளும், மற்ற பாவிகளும் ஒரு தவறும் செய்யாதவர்களைக் கடிக்கின்றனவோ, அவை உண்மையில் அழியும். ஆனால் எவை தீங்கில்லாதவையோ, அறமுள்ளவையோ அவை அழியாது. பயங்கரமான பேரிடர் சம்பவிக்கும் அந்தக் காலத்தில், பாம்புகள் எப்படி அந்த இடரில் இருந்து தப்புவார்கள் என்பதையும் கேட்பீராக. யாயாவரர் குலத்திலே[38] புத்திக்கூர்மை உள்ளவனாகவும், ஆசைகளை முழுதும் அடக்கியவனாகவும், ஜரத்காரு என்னும் பெருமுனிவன் பிறப்பான். அந்த ஜரத்காருவுக்கு, ஆஸ்தீகன் என்ற பெயர் கொண்ட பிள்ளை இருப்பான். அவன் அந்த நாக வேள்வியைத் தடுத்து நிறுத்துவான். எந்தப் பாம்புகள் அறம்சார்ந்தனவோ, அவை தப்பிக்கும்" என்றான்.

தேவர்கள் பிரம்மனிடம், "உண்மைகளை அறிந்த பிரம்ம தேவரே, பெரும் சக்தியும் தவமும் கொண்டவனும், முனிவர்களில் முதன்மையானவனுமான அந்த ஜரத்காரு, யார் மூலமாகத் தனது சிறப்புமிக்கப் புத்திரனை ஈன்றெடுப்பான்?" என்று கேட்டனர்.

அதற்குப் பதிலளித்த பிரம்மன், "பெரும் சக்தியைக் கொடையாகக் கொண்டவனும், பிராமணர்களில் சிறந்தவனுமான ஜரத்காரு, தன் பெயரையே கொண்ட தன் மனைவி மூலமே, பெரும் சக்தியைக் கொடையாகக் கொண்ட தன் மகன் ஆஸ்தீகனை ஈன்றெடுப்பான்.

---

38 ஓரிடத்திலும் தங்காமல் திரிந்து கொண்டே இருக்கும் முனிவர்கள்

பாம்புகளின் மன்னனான வாசுகிக்கு ஜரத்காரு என்ற பெயரில் ஒரு தங்கை இருக்கிறாள். யாரைக் குறித்து நான் பேசுகிறேனோ, அந்த ஆஸ்தீகன் அவள் மூலமே பிறப்பான். அவனே பாம்புகளை விடுவிக்கவும் செய்வான்" என்றான்.

ஏலாபத்திரன் தொடர்ந்தான், "தேவர்கள் பெருந்தகப்பனான பிரம்மனிடம், 'அப்படியே ஆகட்டும்' என்றனர். தெய்வமான பிரம்மனும் தேவர்களிடம் இப்படிச் சொல்லிவிட்டு பிரம்மலோகம் சென்றான். வாசுகியே, ஜரத்காரு எனும் பெயரில் இருக்கும் உன் தங்கையை என் முன்னே நான் காண்கிறேன். கடும் தவம் செய்த ஜரத்காரு, ஒரு மணமகளுக்காக அலைந்து பிச்சைக் கேட்கும்போது உன் தங்கையை அவருக்குக் கொடுத்து எங்களை அச்சத்திலிருந்து விடுவிப்பாயாக. விடுதலைக்கான இந்த வழியை நான் பிரம்மனிடம் இருந்தே கேட்டேன்" என்றான் அந்த ஏலாபத்திரன்.

வாசுகியின் கவலை!

எலாபத்திரனின் வார்த்தைகளைக் கேட்ட எல்லாப் பாம்புகளும் பெரும் மகிழ்ச்சி கொண்டு, "நன்றாகச் சொன்னாய், நன்றாகச் சொன்னாய்" என்று மகிழ்ச்சி குரல் கொடுத்தனர். அன்றிலிருந்து வாசுகி, தனது தங்கையான ஜரத்காரு என்ற அந்தப் பெண் பாம்பைக் கவனமாக வளர்த்து வந்தான். அவளை வளர்ப்பதில் பெருமகிழ்ச்சியும் கொண்டான்.

சிறிது காலத்திற்குள் தேவர்களும், அசுரர்களும் சேர்ந்து வருணனின் இருப்பிடமான பெருங்கடலை அமுதத்திற்காகக் கடைந்தனர். வலிமை அருளப்பட்டவர்களில் முதன்மையானவனான வாசுகி, அந்தக் கடலைக் கடைவதற்கான கயிறானான். அந்த வேலை முடிந்ததும், பாம்புகளின் மன்னனான வாசுகி, பெருந்தகப்பனான பிரம்மனிடம் சென்றான். அப்போது, தேவர்கள், வாசுகி உடனிருக்க அந்தப் பெருந்தகப்பனிடம், "தலைவா, வாசுகி அச்சம் கொண்டு மிகுந்த துயருற்றிருக்கிறான். பாம்பினத்தின் நன்மையை விரும்பும் வாசுகியின் நெஞ்சைத் துளைப்பதும், தாயின் சாபத்திலிருந்து விளைந்ததுமான, அந்தத் துயரை நீக்குவதே உமக்குத் தகும். பாம்புகளின் மன்னன் வாசுகி, நமது நன்மையை விரும்பி எப்போதும் தேவர்களான நம்முடன் நட்புடன் இருக்கிறான். தேவர்கள் தலைவா, வாசுகியிடம் கருணை கொண்டு, அவனது மன நோயைப் போக்குவீராக" என்று தெரிவித்தனர்.

அதற்குப்பிரம்மன், "இறவாதவர்களே! நீங்கள் சொன்னதையே நானும் என் மனத்தில் எண்ணியிருக்கிறேன். பாம்புகளின் மன்னன் வாசுகி, முன்னர் ஏலாபத்திரன் சொன்னவாறு செய்யட்டும். அந்த நேரம் இப்போது வந்துவிட்டது. தீயவர்கள் மட்டுமே அதில் அழிவர், அறம் சார்ந்தோர் அழிய மாட்டார்கள். ஜரத்காரு பிறந்துவிட்டான், அந்த பிராமணன் ஜரத்காரு கடுந்தவங்களைச் செய்து கொண்டிருக்கிறான். வாசுகி, சரியான தருணத்தில் தனது சகோதரியான ஜரத்காருவை, அந்த முனிவனுக்கு அளிக்கட்டும். தேவர்களே, பாம்புகளின் நன்மையில் விருப்பம் கொண்ட பாம்பு ஏலாபத்திரன் சொன்னது அனைத்தும் உண்மையே. உண்மையைத் தவிர வேறெதுவும் இல்லை" என்றான்.

அதன்பிறகு, தாயின் சாபத்தால் துயருற்றிருந்த பாம்புகளின் மன்னன் வாசுகி, பெருந்தகப்பனான பிரம்மனின் வார்த்தைகளைக் கேட்டு, தனது சகோதரி ஜரத்காருவை, முனிவர் ஜரத்காருவுக்கு அளிப்பதற்கு எண்ணங்கொண்டு, முனிவர் ஜரத்காருவைக் கவனித்து வருமாறு, தங்கள் கடமைகளில் எப்போதும் கவனத்துடன் இருக்கும் பெரும் எண்ணிக்கையிலான பாம்புகளிடம் உத்தரவிட்டு, "எப்போது ஜரத்காரு தனக்கு ஒரு மனைவியை வேண்டுகிறாரோ, அப்போது உடனே என்னிடம் வந்து தெரிவியுங்கள். நமது இனத்தின் நன்மை அதில்தான் அடங்கியிருக்கிறது" என்று சொன்னான்.

'ஜரை', என்றால் உதவாதது என்றும், காரு என்றால் பெரியது என்று பொருள் எனச் சொல்லப்படுகிறது[39]. அந்த முனிவர்

____

39 கும்பகோணம் பதிப்பில் பெயர் காரணம் இன்னொரு விதமாகச் சொல்லப்பட்டுள்ளது. ஜரை என்றால் கெடுவது என்றும், காரு என்றால் துன்பத்தைத் தருவது என்றும், சிறந்த ஞானமுள்ள முனிவருக்கு வைராக்கியத்தின் காரணமாக இந்த உடலானது துன்பத்தைத் தருவதாகத் தோன்றியதால் இந்தப் பெயர் அமைந்ததாகக் குறிப்பிடப்பட்டுள்ளது. மன்மதநாததத்தரின் பதிப்பிலும், பிபேக்திப்ராயின் பதிப்பிலும் கங்குலியில் உள்ளதைப் போலவே இருக்கிறது. மூல ஸ்லோகத்தில் கும்பகோணத்துப் பதிப்பில் உள்ளது போலவே ஜரை என்றால் ஷயம் அதாவது கெடுவது என்றும், காரு என்றால் துன்பம் தருவது என்றுமே சொல்லப்பட்டிருக்கிறது.

ஜரத்காரு பெரும் உடலுடையவராக இருந்தார். ஆனால் அதைத் தனது கடுமையான தவத்துறவுகளால் படிப்படியாகக் குறைத்தார். அதே காரணத்துக்காகவே, வாசுகியின் சகோதரியும் ஜரத்காரு என்று அழைக்கப்பட்டாள்.

பாம்பு மன்னனான வாசுகி, முனிவர் ஜரத்காருவுக்குத் தனது சகோதரி ஜரத்காருவை அளிக்க விருப்பங்கொண்டு, பாம்புகளுக்கு உத்தரவுகளை இட்டிருந்தான். ஆனால் நாட்கள் கழிந்தன, முனிவர் ஜரத்காருவோ கடுந்தவங்களிலும், துறவுகளிலும் ஈடுபட்டாரே தவிர, மனைவியைத் தேடவில்லை. அந்த உயர் ஆன்ம முனிவர், கல்வியிலும், தவத்திலும் ஆழ்ந்து ஈடுபட்டுத் தனது உயிர்வித்தைத் தனது முழுக் கட்டுப்பாட்டில் வைத்து, மனைவியைப் பெறுவதில் விருப்பமில்லாமல், முழு உலகையும் அச்சமில்லாமல் சுற்றித் திரிந்தார்.

பரீக்ஷித் செய்த பிழை!

ஒ ரு காலத்தில், கௌரவக் குலத்தில் பரீக்ஷித் என்ற பெயர் கொண்ட மன்னன் ஒருவன் இருந்தான். அந்தப் பரீக்ஷித், தனது முப்பாட்டன் பாண்டுவைப் போல, வலிமைமிக்கக் கரங்களைக் கொண்டவனாகவும், போரில் வில்லேந்தியவர்களில் முதன்மையானவனாகவும், வேட்டையில் விருப்பம் கொண்டவனாகவும் இருந்தான். அந்த ஏகாதிபதி பரீக்ஷித், மான்கள், காட்டுப்பன்றிகள், ஓநாய்கள், எருமைகள் மற்றும் பல்வேறு காட்டு விலங்குகளை வேட்டையாடித் திரிந்து கொண்டிருந்தான்.

ஒரு நாள் அப்படி வேட்டையாடிக் கொண்டிருந்தபோது, சூரிய அம்பொன்றினால் ஒரு மானை அதன் முதுகில் தைத்தான். முற்காலத்தில் சிறப்புமிக்க ருத்ரன் கையில் வில்லேந்தி, மானாக உருவெடுத்த வேள்விப்புருஷனை[40] தேவலோகத்தில் துரத்தியது போல, வில்லைத் தன் முதுகில் மாட்டிக்கொண்டு, அந்த மானை இங்கேயும், அங்கேயும் தேடிக்கொண்டு காட்டுக்குள்ளே ஊடுருவினான். பரீக்ஷித்தினால் துளைக்கப்பட்ட எந்த மானும் இதுவரை இப்படி உயிருடன் காட்டுக்குள் தப்பியதில்லை. எனினும், இந்த மானோ ஏற்கனவே காயம்பட்டிருந்தாலும், அந்த

---

40 தக்ஷன் சிவனை அவமதித்து நடத்திய வேள்வியைச் சிவன் அழித்தான். அப்போது யாகப்புருஷன் மான் வடிவெடுத்துத் தப்பிக்கப் பார்க்க சிவன் அவனை அம்பால் அடித்ததாகப் புராணக் கதை உண்டு.

"

மன்னன் சொர்க்கத்தை அடைவதற்கு காரணமாக வேகமாகத் தப்பியோடியது.

மனிதர்களின் மன்னனான பரீக்ஷித்தால் துளைக்கப்பட்ட அந்த மான், அவனைக் கானகத்திற்குள் வெகு தொலைவிற்கு அழைத்து வந்து, அவனது பார்வையில் இருந்து மறைந்து விட்டது. களைப்பும், தாகமும் கொண்ட பரீக்ஷித், அந்தக் கானகத்தில் மாட்டு மந்தையில் அமர்ந்து, தாயிடம் பாலருந்தும் கன்றுகளின் வாயிலிருந்து உமிழப்படும் நுரையை உறிஞ்சி வயிறு நிரம்பக் குடித்துக் கொண்டிருந்த ஒரு முனிவரிடம் வந்தடைந்தான். பசியும் சோர்வுமாய் இருந்த அந்த ஏகாதிபதி பரீக்ஷித், விரைவாக அவரை அடைந்து, தனது வில்லை உயர்த்தி, அந்தக் கடும் நோன்புகள் கொண்ட முனிவரிடம், "பிராமணரே, நான் அபிமன்யுவின் மகனான மன்னன் பரீக்ஷித் ஆவேன். என்னால் துளைக்கப்பட்ட மான் ஒன்றைக் காணவில்லை. அதை நீர் கண்டீரா?" என்று கேட்டான். ஆனால், அப்போது பேசா நோன்பு நோற்றுக் கொண்டிருந்த அந்த முனிவர் அவனிடம் ஒரு வார்த்தையும் பேசவில்லை.

கோபம் கொண்ட அந்த மன்னன், அங்குக் கிடந்த ஓர் இறந்த பாம்பைத் தனது வில்லின் நுனியால் எடுத்து அந்த முனிவரின் தோளில் போட்டான். அம்முனிவரோ எந்த எதிர்ப்பும் தெரிவிக்காமல், அமைதியாக வேதனையைத் தாங்கிக் கொண்டார். நன்மையாகவோ, தீமையாகவோ யாதொரு வார்த்தையும் அவர் கூறவில்லை. அவரை அந்நிலையில் கண்ட மன்னன் பரீக்ஷித், தன் கோபத்தை விட்டு, தன் செயலை உணர்ந்து வருத்தமடைந்தான். அவன் தன்னுடைய தலைநகரான ஹஸ்தினாபுரத்திற்குத் திரும்பிய பிறகும் கூட, அந்த முனிவர் அதே நிலையிலேயே தொடர்ந்தார். மன்னிக்கத் தெரிந்தவரும், பொறுமையுள்ளவருமான அந்த முனிவர், மன்னர்களில் புலியான அந்த ஏகாதிபதி தன் வகையின் கடமைகளுக்கு உண்மையாக இருப்பவன் என்றும் அறிந்து, தான் அவமதிக்கப்பட்டிருந்தாலும்,

பரீக்ஷித்தை சபிக்காதிருந்தார். ஏகாதிபதிகளில் புலியும், பாரதகுலத்தில் முதன்மையானவனுமான பரீக்ஷித்தும், தான் அவமதித்த அந்த மனிதர் ஓர் அறம் சார்ந்த முனிவர் என்பதை அறியவில்லை. இதன் காரணமாகவே அவன், அவரை அவமதித்துவிட்டான்.

பெரும் சக்தியைக் கொடையாகக் கொண்டவனும், ஆழ்ந்த தவம் கொண்டவனும், கடுமையான நோன்புகள் கொண்டவனும், அமைதிப்படுத்த முடியாத கடும் கோபக்காரனும், சிருங்கி என்ற பெயரைக் கொண்டவனும், இளவயதுடையவனுமான மகன் ஒருவன் அந்த முனிவருக்கு இருந்தான். அவ்வப்போது அந்த சிருங்கி, உயிர்கள் அனைத்திற்கும் நன்மை செய்வதில் எப்போதும் ஈடுபடுபவரும், தாம் இருக்கையில் சுகமாகவீற்றிருப்பவருமான தன் குருவிடம் சென்று, கவனத்துடனும், மரியாதையுடனும் அவரை வழிபட்டு வந்தான். அப்படிச் செய்துவிட்டுத் தனது குருவின் உத்தரவின் பேரில் வீட்டுக்குத் திரும்பி வருகையில், கிருசன் என்ற பெயரைக் கொண்டவனும், ஒரு முனிவரின் மகனுமான அவனது தோழன் ஒருவன், அந்தச் சிருங்கியுடன் விளையாட்டுத்தனமாகச் சிரித்துப் பேசிக்கொண்டு வந்தான்.

அப்போது கிருசன், "செருக்காயிராதே சிருங்கியே, உன்னைப்போன்ற தவசியும், சக்தி கொண்டவருமான உன் தந்தை சமீகர், இறந்த பாம்பொன்றைத் தன் தோள்களில் தாங்கிக் கொண்டிருக்கிறார். ஆகையால், எங்களைப் போன்ற உண்மை அறிவும், ஆழ்ந்த தவத் துறவும் கொண்டு, அவற்றில் வெற்றியும் கண்ட முனி மைந்தர்களிடம் ஒரு வார்த்தையும் பேசாதே. உன் தந்தை சமீகர், இறந்த பாம்பைத் தாங்கிக் கொண்டிருப்பதைப் பார்க்கப் போகிறாயே, உன் ஆண்மை எங்கே? செருக்கினால் நீ உதிர்க்கும் அந்த உயர்ந்த வார்த்தைகள் எங்கே? முனிவர்கள் அனைவரிலும் சிறந்தவனே! உனது தந்தை இந்த நிலையை அடைய, அவர் ஒரு குற்றமும் செய்யவில்லை. இதன் காரணமாகவே நானே தண்டிக்கப்பட்டது போல உணர்ந்து வருத்தப்படுகிறேன்" என்றான்.

தந்தையின் கண்டிப்பு!

இவ்வாறு கிருசனால் சொல்லப்பட்டதையும், தன் தந்தை சமீகர் இறந்த பாம்பைச் சுமந்து கொண்டிருக்கிறார் என்பதையும் அறிந்த சிருங்கி கோபத்தால் எரிந்தான். கிருசனைப் பார்த்து, மென்மையாக, "வேண்டிக் கேட்கிறேன், ஏன் எனது தந்தை இறந்த பாம்பைச் சுமக்கிறார்?" என்று கேட்டான். அதற்குக் கிருசன், "அன்புக்குரியவனே, மன்னன் பரீக்ஷித் வேட்டைக்காகத் திரிந்து கொண்டிருக்கும்போது, அவன் அந்தச் இறந்த பாம்பை உனது தந்தையின் தோளில் போட்டுச் சென்றான்" என்றான். சிருங்கி, "அந்தத் தீய ஏகாதிபதிக்கு எனது தந்தை என்ன தீங்கு செய்தார்? கிருசா, இதைச் சொல்லி, எனது ஆன்ம பலத்தைக் காண்பாயாக" என்றான்.

கிருசன், "அபிமன்யுவின் மைந்தனான மன்னன் பரீக்ஷித் வேட்டையாடிக் கொண்டிருக்கும்போது, ஒரு வேகமான மானைத் தனது கணையால் துளைத்து, அதைத் தனியாகத் துரத்திக் கொண்டு வந்தான். கானகம் அடர்ந்திருந்ததால் மன்னன் பரீக்ஷித்தின் பார்வை அந்த மானில் மேல் இருந்து தப்பியது. அப்போது அவன் உன் தந்தையைக் கண்டதும், அது குறித்து அவரிடம் வினவினான். உனது தந்தையோ, அப்போது பேசா நோன்பில் இருந்தார். அசைவற்று அமர்ந்திருந்த உனது தந்தையிடம், பசியுடனும், தாகத்துடனும், மிகுந்த சோர்வுடனும் இருந்த மன்னன்

பரீக்ஷித், காணாமல் போன மானைப் பற்றித் திரும்பத் திரும்பக் கேட்டான். உனது தந்தை பேசா நோன்பு இருந்ததால், பதிலேதும் கூறவில்லை. அதன்பிறகு அந்த மன்னன், தனது வில்லின் நுனியால் இறந்த பாம்பு ஒன்றை எடுத்து, உனது தந்தையின் தோளில் போட்டான். சிருங்கியே, வழிபாட்டில் ஈடுபட்டுக்கொண்டிருந்ததால் உனது தந்தை சமீகர் அப்படியே அசைவற்று அமர்ந்திருந்தார். அந்த மன்னன் பரீக்ஷித், யானையின் பெயரைக் கொண்ட தனது தலைநகரத்திற்குச்[41] சென்றுவிட்டான்" என்று சொன்னான்.

தன் தந்தையின் தோள்களில் இறந்த பாம்பைப் போட்டதைக் கேட்ட அந்த முனி மைந்தன் சிருங்கி, ஆத்திரத்தால் கண்கள் சிவந்து, எரியும் தழலெனக் கோபம் கொண்டான். வலிமைமிக்க முனிவனான அந்தச் சிருங்கி, கோபத்தால் பீடிக்கப்பட்டும், அதனால் உந்தப்பட்டும், நீரைத் தொட்டு, மன்னன் பரீக்ஷித்தைச் சபித்தான்.

சிருங்கி, "மெலிந்தவரும், வயதானவருமான என் தந்தையின் தோளில் இறந்த பாம்பைக் கிடத்திய பாவியும், பிராமணர்களை அவமதிப்பவனும், குருப்பரம்பரையின் புகழை மங்கச் செய்பவனுமான அந்த ஏகாதிபதி பரீக்ஷித், இன்றிலிருந்து ஏழு இரவுகளுக்குள், எனது வார்த்தைகளின் பலத்தால் தூண்டப்பட்டவனும், பாம்புகளின் வலிமையான மன்னனுமான தக்ஷகனால் கடியுண்டு, யமனின் உலகிற்குச் செல்வான்" என்று சபித்தான்.

இப்படி சபித்துவிட்டு அந்தச் சிருங்கி தனது தந்தையான சமீகரிடம் சென்றான். அங்கே மாட்டு மந்தைக்கிடையில், அந்த முனிவர், இறந்த பாம்பைத் தனது தோளில் தாங்கி அமர்ந்திருப்பதைக் கண்டான். தன்னைப் பெற்ற தந்தையை அந்தக் கோலத்தில் கண்ட சிருங்கி மீண்டும் கோபத்தால் கொதித்தான். அந்தத் துயரால் ஏற்பட்ட கண்ணீருடன் கூடிய அவன், தனது தந்தை சமீகரிடம், "தந்தையே,

---

41 ஹஸ்தினாபுரம்

உமக்கு நேர்ந்த இந்த அவமதிப்பைக் கேள்விப்பட்டு, தீய மன்னனான பரீக்ஷித்தை நான் சபித்துவிட்டேன். குரு பரம்பரையில் இழிந்தவனான அந்தப் பரீக்ஷித்துக்கு, சக்தியுள்ள எனது சாபம் நன்றாகத்தகும். இன்னும் ஏழு நாட்களில், பாம்புகளின் தலைவன் தக்ஷகன், பாவம் நிறைந்த மன்னனான அந்தப் பரீக்ஷித்தை, பயங்கரமான காலனின் இல்லத்திற்கு அனுப்புவான்" என்றான்.

கோபத்துடன் இருந்த தனது மகன் சிருங்கியிடம், அந்தத் தந்தை சமீகர், "குழந்தாய், உனது இந்தச் செயலை நான் விரும்பவில்லை.துறவிகள் இப்படி நடந்து கொள்ளக் கூடாது. நாம் அந்தப் பேரரசன் பரீக்ஷித்தின் ஆளுகைக்குட்பட்ட இடத்திலேயே வாழ்கிறோம். நாம் அவனால் நீதியுடன் பாதுகாக்கப்படுகிறோம். நம்மை ஆள்பவனான அவன் என்ன செய்திருந்தாலும், நம்மைப் போன்றவர்களால் மன்னிக்கப்பட வேண்டும். நீ அறத்தை அழித்தால், அந்த அறமே உன்னைக் கண்டிப்பாக அழிக்கும். மன்னன் பரீக்ஷித் நம்மைச் சரியாகப் பாதுகாக்கவில்லையென்றால், நமது நிலை மோசமாகும். நம்மால், நமது விருப்பத்தின்படி தவத்துறவுகளையும், சடங்குகளையும் செய்ய இயலாது. ஆனால், நீதியுள்ள மன்னர்களால் நாம் பாதுகாக்கப்படும்போது, மிக உயர்ந்த புண்ணியங்களை நாம் அடைகிறோம். அந்த நற்பேற்றில் அவர்களுக்கும் பங்கு உண்டு. எனவே, ஆதிக்கம் செலுத்தும் மன்னன் அனைத்து வகையிலும் மன்னிக்கப்பட வேண்டியவனாவான். அதிலும் அந்தப் பரீக்ஷித் தனது முப்பாட்டனைப்போல ஒரு மன்னன் எப்படிப் பாதுகாக்க வேண்டுமோ, அப்படியே தனது குடிகளைப் பாதுகாக்கிறான். நோன்புகள் நோற்கும் அந்த ஏகாதிபதி பரீக்ஷித், சோர்வாலும், பசியின் கொடுமையாலும், எனது நோன்பு குறித்த அறியாமையாலுமே அப்படிச் செய்தான்.

மன்னனற்ற நாடு தீங்கையே எப்போதும் சந்திக்கும். அத்துமீறுபவர்களை மன்னன் தண்டிப்பதால் மட்டுமே,

மக்கள் தங்கள் சடங்குகளையும், கடமைகளையும் தடையின்றிச் செய்ய முடியும். தண்டனைகளின் நிமித்தம் அமைதியுண்டாகும். அறத்தை நிலைநிறுத்தும் மன்னன், அங்கே அந்த இடத்தில் சொர்க்கத்தையே நிலைநிறுத்துகிறான். மன்னன், வேள்விகளைத் தடைகளில் இருந்து பாதுகாக்கிறான். வேள்வி, தேவர்களை மனநிறைவு கொள்ளச் செய்கிறது. தேவர்கள் மழையைப் பொழிகின்றனர். மழையால், மனிதனுக்கு எப்போதும் பயன்படும் தானியங்களும், மூலிகைகளும் விளைகின்றன. மனு, "மக்களின் விதியை ஆள்பவன், வேதம் படிக்கும் பத்து ஆசான்களுக்கு சமம்" என்று கூறுகிறார். உனது சிறுபிள்ளைத்தனத்தால் ஏன் இப்படி நீதியற்ற ஒரு காரியத்தைச் செய்தாய்? மகனே, எவ்வகையிலும் அந்த மன்னன் சாபத்திற்குத் தகுந்தவன் அல்லன்" என்றார் சமீகர்.

பரீக்ஷித்துக்குச் செய்தி வந்தது!

அதன் பிறகு சிருங்கி தனது தந்தை சமீகரிடம், "தந்தையே! நான் இந்தச் செயலை அவசரத்தில் செய்திருந்தாலும், அல்லது நான் செய்தது சரியில்லாத செயலாக இருந்தாலும், நீங்கள் விரும்பினாலும், விரும்பாவிட்டாலும் எனது வார்த்தைகள் வீணாகாது, பொய்க்காது. தந்தையே! நான் உங்களுக்குச் சொல்கிறேன், வேறு விதமாகாது. நான் விளையாட்டுக்காகக் கூடப் பொய் சொன்னதில்லை" என்றான்.

சமீகர், "குழந்தாய்! நீ பெரும் ஆற்றலுடையவன் என்பதும், உண்மை பேசுபவன் என்பதும் எனக்குத் தெரியும். இதற்கு முன்பு நீ பொய் சொன்னதில்லை. எனவே, உனது சாபமும் பொய்க்காது. ஒரு மகன் தகுந்த வயதை அடைந்தாலும் கூட, அவன் தந்தையால் அறிவுறுத்தப்பட்டால்தான் நற்குணங்களை அடைந்து புகழையும் அடையமுடியும். அவ்வாறிருக்க, நீயோ சிறுவனாகையால் எவ்வளவு அதிகமான ஆலோசனைகள் உனக்கு தேவைப்படும்? நீ எப்போதும் தவத்துறவுகளிலேயே ஈடுபடுகிறாய். அறுகுணங்கள் கொண்ட சிறப்புமிக்கவர்கள் கூட, கோபவசப்பட்டால் அந்தக் கோபம் பெருகிக் கொண்டே தான் இருக்கும். விதிகளைக் கடைப்பிடிப்பவர்களில் முதன்மையானவனே! நீ எனது மகனாக இருப்பதாலும், சிறுவனாக இருப்பதாலும், உன் அவசரத்தை நான் கண்டதாலும், நான் உனக்கு அறிவுரை வழங்க வேண்டும்.

மகனே! காட்டிலுள்ள கனிகளையும், கிழங்குகளையும் மட்டுமே உண்டு அமைதியுடன் வாழ்ந்து வருவாயாக. உனது இந்தக் கோபத்தைக் கொன்றுவிடு, உனது தவச் செயல்களின் நற்பலன்களை இப்படிக் கெடுத்துக் கொள்ளாதே. கோபமானது, கடினமான விரதங்கள் மூலம் பெரும் வலிகளை அனுபவித்துத் தவசிகள் அடையும் அறங்களை நிச்சயமாக அழித்து விடுகிறது. பிறகு அறமிழந்தவர்களான அவர்களுக்கு அருள் நிலைக்காது. மன்னிக்கும் தன்மையுள்ள துறவிகளுக்கு, அமைதியே எப்போதும் வெற்றியைத் தந்திருக்கிறது. ஆகவே, மன்னிக்கும் குணம் கொண்டவனாக, உணர்ச்சிகளைக் கட்டுக்குள் வைத்து, வாழக் கற்றுக் கொள்வாயாக. மன்னிக்கும் தன்மையினால், பிரம்மனாலும் எட்ட முடியாத உலகங்களை நீ அடைவாய். நான் அமைதி வழியைத் தேர்ந்தெடுத்திருப்பதாலும், என்னால் முடிந்த அளவு நன்மையைச் செய்ய வேண்டும் என்பதாலும், என் சக்திக்குத் தகுந்த எதையாவது இதில் நான் செய்ய வேண்டும். மன்னன் பரீக்ஷித்திடம், 'ஏகாதிபதியே, என்னை நீ அவமதித்ததால், அறிவு முதிர்வுறாத எனது இளவயது மகன் கோபம் கொண்டு உன்னைச் சபித்திருக்கிறான்', என்று செய்தியனுப்ப வேண்டும்" என்றார்."

பெரும் நோன்புகளை நோற்கும் அந்தப் பெரு முனிவர் சமீகர், கருணையால் உந்தப்பட்டுச் சரியான உத்தரவுகள் கொடுத்து, மன்னன் பரீக்ஷித்திடம் தனது சீடனை அனுப்பினார். முதலில் மன்னன் பரீக்ஷித்தின் நலத்தை விசாரித்துவிட்டு, பிறகு உண்மையான செய்தியைக் கூறுமாறு அறிவுறுத்தி, ஆன்மிகத் தவங்களில் ஈடுபட்டவனும், நன்னடத்தையுள்ளவனுமான கௌர்முகன் என்ற தனது சீடனை அனுப்பினார். அந்தச் சீடனும் விரைவில் கௌரவ குலத்தலைவனான ஏகாதிபதி பரீக்ஷித்தை அடைந்தான். வாயில்காப்போன் மூலம் தன் வரவைத் தெரிவிக்குமாறு முதலில் சொல்லிவிட்டு, பிறகு, மன்னனின் அரண்மனைக்குள் நுழைந்தான். இருபிறப்பாளனான கௌர்முகன், ஏகாதிபதியான அந்தப் பரீக்ஷித்தால் தகுந்த முறையில் வழிபடப்பட்டான்.

சிறிது நேரம் ஓய்வெடுத்துவிட்டு, மன்னன் பரீக்ஷித்திடம், அவனது அமைச்சர்கள் முன்னிலையில், தனக்கு அறிவுறுத்தியிருந்தபடி சமீகரின் அந்தக் கொடூரமான வார்த்தைகளை முழுமையாகச் சொன்னான்.

கௌர்முகன், "மன்னர்களுக்கு மன்னா, அற ஆன்மா கொண்டவரும், உணர்ச்சிகளைத் தமது கட்டுப்பாட்டில் வைத்திருப்பவரும், அமைதி நிறைந்தவரும், கடினமான தவ வழிபாடுகளுக்குத் தம்மை அர்ப்பணித்துக் கொண்டவரும், சமீகர் என்ற பெயர் கொண்டவருமான ஒரு முனிவர் உனது ஆளுகைக்குட்பட்ட பகுதியில் வாழ்ந்து வருகிறார். மனிதர்களில் புலியே, அவர் பேசா நோன்பிருக்கும்போது உனது வில்லின் நுனியால் இறந்த பாம்பை அவரது தோளில் கிடத்தினாய். அந்தச் சமீகரே கூட உன்னை மன்னித்துவிட்டார். ஆனால் அவரது மகன் சிருங்கியால் அதைப் பொறுத்துக் கொள்ள முடியவில்லை. மன்னர்களின் மன்னா பரீக்ஷித், இப்போதிலிருந்து ஏழு இரவுகளுக்குள் தக்ஷகன் என்ற பாம்பு உனக்கு மரணத்தை ஏற்படுத்தும் என்று சிருங்கியால் நீ சபிக்கப்பட்டிருக்கிறாய். சமீகர் உன்னைக் காப்பாற்றத் தமது மகனிடம் மீண்டும் மீண்டும் வேண்டினார். ஆனால் அவரது மகனுடைய சாபத்தைப் பொய்யாக்க யாரும் இல்லை[42]. தமது மகன் சிருங்கியின் கோபத்தை அமைதிப்படுத்தத் அவரால் இயலாத காரணத்தால்[43], உனது நன்மைக்காக நான் அனுப்பப்பட்டுள்ளேன்" என்றான்.

குரு பரம்பரையில் உதித்தவனும், தவப் பயிற்சிகளில் ஈடுபடுபவனுமான அந்த மன்னன் பரீக்ஷித், இந்தக் கொடூர

---

42 தகுதியில் உயர்ந்தவரால் ஒருவருடைய சாபத்திலிருந்து விலக்கு அளிக்கமுடியும் அல்லது பலனை குறைக்க மடியும். உதா. கத்ருவின் சாபத்தைப் பிரம்மா மாற்றியமைத்தது. அதுபோலச் சிருங்கியின் சாபத்தை மாற்ற அப்போது யாரும் இல்லை.

43 சிருங்கி கோபத்தை விட்டால் அவனாலேயே சாபத்தை மாற்றமுடியும். அவன் கோபத்தைத் தணித்துக் கொள்ள முடியாததால் சாபத்தைத் திரும்பப் பெற முடியவில்லை. உதா. பௌஷ்யனால் உதங்கருக்குக் கொடுத்த சாபத்தைத் திரும்பப் பெற முடியவில்லை.

வார்த்தைகளைக் கேட்டுத் தனது பாவகரமான காரியத்தை நினைவுகூர்ந்து, மிகவும் வருந்தினான். அந்த முனிவர்களிலே முதன்மையான சமீகர், பேசா நோன்பு நோற்றிருந்தார் என்பதை அறிந்ததும், இருமடங்கு துயருற்று, அந்த முனிவர் சமீகரின் கருணையையும், தனது பாவகரக் காரியத்தையும் நினைத்துப் பார்த்து மிகவும் வருந்தினான். ஒரு தேவனைப் போன்று காட்சியளித்த அந்த மன்னன், முனிவர் சமீகருக்கு இழைக்கப்பட்ட செயலை எண்ணி வருத்தப்பட்ட அளவிற்குக் கூடத் தன் மரணச் செய்திக்காக வருந்தவில்லை.

அதன்பிறகு, மன்னன் பரீக்ஷித், "அந்த வழிபடத்தகுந்த சமீகர் என்னிடம் கருணையோடு இருக்கட்டும்" என்று சொல்லி கௌர்முகனை அனுப்பி வைத்தான். கௌர்முகன் சென்றவுடன், ஆழ்ந்த கவலையுடன் இருந்த பரீக்ஷித், சிறிதும் நேரத்தை வீணாக்காமல் தனது அமைச்சர்களுடன் ஆலோசனை நடத்தினான். ஆலோசனைகளில் சிறந்தவனான அந்த மன்னன், அவர்களுடன் ஆலோசனை நடத்திவிட்டு, ஒரே தூணில் ஒரு மாளிகையை எழுப்பச் செய்தான். அம்மாளிகை இரவும் பகலும் நன்கு காக்கப்பட்டது.

மருத்துவர்களும், மருந்துகளும், மந்திரங்களில் திறமை மிகுந்த பிராமணர்களும் அந்த மாளிகையில் நிறைய இருந்தனர். அனைத்துப் புறங்களிலும் பாதுகாக்கப்பட்ட அந்த ஏகாதிபதி பரீக்ஷித், தனது கடமைகளை அறம் மிகுந்த அமைச்சர்கள் புடை சூழ அங்கிருந்தே நிறைவேற்றினான். எவரும் அங்கிருக்கும் மன்னனை நெருங்கமுடியவில்லை. காற்று கூடப் புகமுடியாதபடி அந்த இடம் பாதுகாக்கப்பட்டது. ஏழாவது நாள் வந்தபோது, பிராமணர்களில் சிறந்தவரும், பெரும் கல்வி கற்றவருமான கசியபர்[44] மன்னனைக் குணப்படுத்த விரும்பி

---

44 இந்தக் கசியபரும், கருடனின் தந்தையான முனிவர் கசியபரும் வேறு வேறானவர்கள் என்று சொல்லப்படுகிறது. ஆதிபர்வம் பகுதி 20ல் கருடனின் தந்தையான கசியபருக்கு விஷமுறிவு ஞானத்தைப் பிரம்மன் அருளியதாக ஒரு குறிப்பு இருக்கிறது. இருப்பினும் இரண்டு சம்பவங்களுக்கும் உள்ள கால வித்தியாசத்தைக் கணக்கில் கொண்டால் இரண்டு கசியபர்களும் வேறு வேறு என்ற தீர்வையே நாம் எட்ட வேண்டியிருக்கும். அதே சமயம், முனிவர்களின் ஆயுள் மிக நீண்டது எனவும் உணர்தல் வேண்டும். ஆனால்

வந்துகொண்டிருந்தார். அவர் நடந்தனவற்றை எல்லாம் கேள்விப்பட்டிருந்தார். பாம்புகளில் முதன்மையான தக்ஷகனால் அந்த ஏகாதிபதிகளில் சிறந்தவனான பரீக்ஷித் எமனுலகு அனுப்பப்படுவான் என்பதை அறிந்திருந்தார். 'பாம்புகளின் முதன்மையானவனான தக்ஷகனால் கடிபட்ட பிறகு, ஏகாதிபதியான பரீக்ஷித்தை குணப்படுத்த வேண்டும். அதனால், எனக்குச் செல்வமும் கிடைக்கும், நற்பேறும் கிடைக்கும்' என்று அவர் எண்ணினார்.

ஆனால், மன்னனைக் குணப்படுத்த இதயத்தில் எண்ணியிருந்த கசியபர், தனது வழியில் நெருங்கி வருவதை, முதிர்ந்த பிராமண வேடத்தில் இருந்த பாம்புகளின் இளவரசன் தக்ஷகன் கண்டான். அந்தத் தக்ஷகன், முனிவர்களில் காளையான கசியபரிடம், "இவ்வளவு வேகமாக எங்குச் செல்கிறீர்? இப்படி நீர் செல்வதன் நோக்கம் என்ன?" என்று கேட்டான். இப்படிக் கேட்கப்பட்ட கசியபர், "குரு பரம்பரையில் வந்தவனும், எதிரிகள் அனைவரையும் ஒடுக்குபவனுமான, மன்னன் பரீக்ஷித்தைத் தனது விஷத்தால் இன்று தக்ஷகன் எரிக்கப் போகிறான். மனதிற்கினியவரே, அக்னியைப் போன்ற சக்தி படைத்த தக்ஷகன் அவரைக் கடித்த பிறகு, பாண்டவப் பரம்பரையின் ஒரே பிரதிநிதியும், அளவற்ற வீரம் கொண்டவனுமான மன்னன் பரீக்ஷித்தை குணப்படுத்தவே நேரத்தை வீணடிக்காமல் வெகு விரைவாகச் சென்று கொண்டிருக்கிறேன்" என்று மறுமொழி சொன்னார். அதற்குத் தக்ஷகன், "நான்தான் தக்ஷகன், பிராமணரே, நானே அந்தப் பூமியின் தலைவனை எரிக்கப் போகிறேன். நில்லும், என்னால் கடிபட்டவனை உம்மால் குணப்படுத்த முடியாது" என்றான். கசியபர், "எனது கல்வியின் ஆற்றலால், அங்குச் சென்று உன்னால் கடிபட்ட ஏகாதிபதியைக் குணப்படுத்த முடியும் என்பதில் உறுதியாக இருக்கிறேன்" என்றார்.

தக்ஷகன் கசியபரின் மகன். கசியபர் - தக்ஷகன் உரையாடல் தந்தை மகன் உரையாடலாக இல்லை என்பதால் இது வேறு கசியபர் என்று முடிவுக்கு வரேவேண்டியதிருக்கிறது.

பரீக்ஷித்தைக் கொன்றான் தக்ஷகன்!

அதன் பிறகு தக்ஷகன், "என்னால் கடிபட்ட எந்த உயிரையும் உம்மால் குணப்படுத்த முடியும் என்றால், கசியபரே என்னால் கடிக்கப்படும் இந்த மரத்திற்கு உயிரைத் தாரும். பிராமணர்களில் சிறந்தவரே, இந்த ஆலமரத்தை உமது பார்வைக்கு முன்பே விஷத்தினால் எரிக்கிறேன். உம்மால் முடிந்ததைச் செய்து, நீர் சொன்னது போல் உமது மந்திரங்களின் திறமையை எனக்குக் காட்டும்" என்றான். கசியபர், "அப்படி நீ நினைத்தாயானால், பாம்புகளின் மன்னா, அம்மரத்தைக் கடிப்பாயாக. உன்னால் கடிபட்டாலும், அதை நான் காப்பாற்றுவேன்" என்றார்.

சிறப்புமிக்கக் கசியபர் இப்படிச் சொன்னவுடன் பாம்புகளின் மன்னன் தக்ஷகன், அந்த ஆலமரத்தைக் கடித்தான். அந்தச் சிறப்புமிக்கப் பாம்பால் கடிக்கப்பட்ட அந்த மரமானது, பாம்பின் விஷம் ஊடுருவி அனைத்துப்புறங்களும் பற்றி எரியத் தொடங்கியது. ஆலமரத்தை அப்படி எரித்ததும் பாம்பான அந்தத் தக்ஷகன், கசியபரிடம், "பிராமணர்களில் முதன்மையானவரே, உம்மால் ஆனதை முயற்சித்து, கானகத்தின் மன்னனான இந்த ஆலமரத்தைக் காப்பாற்றுவீராக" என்றான்.

தக்ஷகன் ஏற்றிய விஷத்தால் அந்த ஆலமரம் சாம்பலாகியிருந்தது. அந்தச் சாம்பலை எடுத்த கசியபர், "பாம்புகளின் மன்னா!

இந்தக் கானகத்தின் மன்னன் மீது என் வித்தையின் பலத்தை நான் பிரயோகிப்பதை பார். பாம்பே! உன் மூக்கின் அருகிலேயே நான் அவனுக்கு உயிர் தருகிறேன்" என்றார். பிறகு பிராமணர்களில் சிறந்தவரும், சிறப்புமிக்கவரும், நன்கு கற்றவருமான அந்தக் கசியபர் சாம்பல் குவியலாக்கப்பட்ட அந்த மரத்திற்குத் தன் வித்தையினால் உயிரூட்டினார். முதலில் மொட்டு ஒன்றை உருவாக்கினார். அதன் பிறகு, அதைச்சுற்றி இலைகள் இரண்டை உருவாக்கினார். அதன்பிறகு, மரத்தின் தண்டையும், அதன் கிளைகளையும், பிறகு இலைகளுடன் கூடியதும் முழுவதும் வளர்ந்ததுமான அந்த ஆலமரத்தையே மீண்டும் உருவாக்கினார்.

சிறப்புமிக்கக் கசியபரால் புத்துயிர் பெற்ற மரத்தைக் கண்ட தக்ஷகன், கசியபரிடம் "எனது விஷத்தையோ, என்னைப் போன்ற மற்றொருவரின் விஷத்தையோ நீர் முறிப்பது ஆச்சரியமன்று. தவத்தை செல்வமாகக் கொண்டவரே, எந்தச் செல்வத்தை விரும்பி நீர் அங்குச் செல்கிறீர்? ஏகாதிபதிகளில் சிறந்தவனான அந்தப் பரீக்ஷித்திடம் என்ன பரிசு கிடைக்கும் என்று நீர் நம்புகிறீரோ, அடைவதற்கு எவ்வளவு கடினமாக அஃது இருந்தாலும், நானே அதைத் தருகிறேன். புகழால் அலங்கரிக்கப்பட்டவரே, பிராமணர் சிருங்கியின் சாபத்தால் பாதிக்கப்பட்டவனும், வாழ்நாள் குறுகியவனுமான மன்னன் பரீக்ஷித்திடம் தங்கள் வெற்றி ஐயத்திற்கிடமானதே. அப்படி ஆகி விட்டால், மூவுலகிலும் பரவியிருக்கும் தங்கள் ஒளி வீசும் புகழானது ஒளியை இழக்கும் சூரியனைப் போல மறைந்துவிடும்" என்றான்.

அதற்குக் கசியபர், "பொருட்செல்வத்திற்காகவே நான் அங்குச் செல்கிறேன். அதை நீ எனக்குக் கொடுப்பாயாக. பாம்பே, உனது தங்கத்தை எடுத்துக் கொண்டு, நான் வந்த வழியே திரும்புகிறேன்" என்றார். தக்ஷகன், "மறுபிறப்பாளர்களில் சிறந்தவரே, நீர் அந்த மன்னனிடம் எதிர்பார்த்தைவிட அதிகமாகவே தருகிறேன். எனவே, நீர் அங்கே செல்லாதீர்" என்றான்.

இதைக்கேட்டவரும், பெரும்சக்தியும், அறிவும்கொண்டவரும், பிராமணர்களில் சிறந்தவருமான அந்தக் கசியபர் பரீக்ஷித்தை நினைத்துத் தியானத்தில் அமர்ந்தார். அந்த முனிவர்களில் முதன்மையானவரும், பெரும் சக்தி கொண்டவரும், ஆன்ம அறிவைக் கொடையாகக் கொண்டவருமான கசியபர், பாண்டவ குலத்தில் வந்த அம்மன்னனின் வாழ்நாள் உண்மையிலேயே தீர்ந்ததைக் கண்டு, தக்ஷகனிடம் தான் விரும்பிய அளவிற்குச் செல்வத்தைப் பெற்றுக் கொண்டு வந்த வழியே திரும்பிச் சென்றார். அப்படி வந்த வழியே சிறப்புமிக்கக் கசியபர் சென்றதும், சரியான நேரத்தில் தக்ஷகன் ஹஸ்தினாபுரத்திற்குள் நுழைந்தான். வழியிலேயே, மன்னன் மிகுந்த எச்சரிக்கையுடன் வாழ்வதாகவும், விஷமுறிவுக்கான மந்திரங்களாலும், மருந்துகளாலும் பாதுகாக்கப்பட்டிருப்பதாகவும் அறிந்தான் அந்தத் தக்ஷகன்.

பாம்பான அந்தத் தக்ஷகன், 'ஏகாதிபதியான பரீக்ஷித், எனது மாயையால் ஏமாற்றப்பட வேண்டும். ஆனால் அதற்கு என்ன வழி?' என்று சிந்தித்தான். பிறகு தக்ஷகன் சில பாம்புகளைத் துறவிகள் போல வேடம்பூணச் செய்து, பழங்கள், தர்ப்பைப் புற்கள், தண்ணீர் ஆகியவற்றோடு அனுப்பினான். பின் தக்ஷகன் அவர்களிடம், 'அவசர வேலையிருப்பதாகக் காட்டிக்கொண்டு, பொறுமையின்மைக்கான எந்த அடையாளத்தையும் காட்டிக் கொள்ளாமல், அந்த அரசன் பரீக்ஷித்திடம் சென்று கனிகளையும், மலர்களையும், தண்ணீரையும் அவன் ஏற்குமாறு மட்டும் செய்யுங்கள்' என்றான்.

அந்தப் பாம்புகளும், தக்ஷகன் உத்தரவிட்டவாறே நடந்து கொண்டன. அவை தர்ப்பைப் புல்லையும், நீரையும், கனிகளையும் கொண்டு சென்றன. பெரும் சக்தி கொண்டவனும், மன்னர்களில் முதன்மையானவனுமான பரீக்ஷித், அந்தக் காணிக்கைகளை ஏற்றுக் கொண்டான். துறவிகளைப் போல வேடம்பூண்டு வந்த பாம்புகள் சென்றவுடன், மன்னன் பரீக்ஷித் தனது அமைச்சர்களிடமும்,

நண்பர்களிடமும், "அந்தத் துறவிகள் கொண்டு வந்த, இந்த அருஞ்சுவைக் கனிகளை என்னுடன் சேர்ந்து உண்ணுங்கள்" என்றான். விதியின் உந்துதலாலும், முனிவர் சிருங்கியின் வார்த்தைகளாலும், மன்னன் பரீக்ஷித் தனது அமைச்சர்களுடன் அந்தக் கனிகளை உண்ண விரும்பினான். தக்ஷகன் புகுந்திருந்த, அந்தக் குறிப்பிட்ட பழத்தை பரீக்ஷித்தே உண்பதற்காக எடுத்தான். அப்படி அவன் அதை எடுத்து உண்ணும்போது, அக்கனியின் உள்ளிருந்து கண்கள் கருப்பாகவும், செம்பு நிற உடலுடனும், புரிந்துகொள்ள முடியாத உருவத்துடனும், ஓர் அருவருக்கத்தக்க புழு வெளியே வந்தது.

அந்த மன்னர்களில் முதன்மையானவன் அஃதை எடுத்துத் தனது சபை உறுப்பினர்களிடம், "கதிரவன் மறைகிறான். விஷத்தால் எனக்கு இனிமேல் கண்ணீரில்லை. எனவே, எனது பாவகாரியத்திற்குப் பரிகாரமாகவும், துறவி சிருங்கியின் வார்த்தைகள் உண்மையாகவும், இந்தப் புழுவே தக்ஷகனாக மாறி என்னைக் கடிக்கட்டும்" என்றான். அச்சபை உறுப்பினர்களும், விதியால் உந்தப்பட்டு, அவனது பேச்சை அங்கீகரித்தனர்.

பிறகு அந்த ஏகாதிபதி பரீக்ஷித், தனது நேரம் வந்ததும், புலனுணர்வை இழந்தவனைப் போல புன்னகையுடன், அந்தப் புழுவை உடனே எடுத்துத் தனது கழுத்தில் விட்டுக்கொண்டான். அவன் அப்படிப் புன்னகைத்துக் கொண்டிருக்கும்போதே, மன்னனுக்குக் காணிக்கையாகக் கொடுக்கப்பட்ட அந்தப் பழத்திலிருந்து வெளியே வந்த தக்ஷகன், ஏகாதிபதி பரீக்ஷித்தின் கழுத்தைச் சுற்றிக் கொண்டான். விரைவாக மன்னனின் கழுத்தைச் சுற்றிக் கொண்ட பாம்புகளின் மன்னன் தக்ஷகன் பேரொலியுடன் முழங்கியவாறு, அந்தப் புவியைக் காப்பவனைக் கடித்தான்.

ஜனமேஜயனும் வபுஷ்டமையும்!

தக்ஷகனின் சுருளுக்குள் அகப்பட்டுக் கிடந்த மன்னன் பரீக்ஷித்தைப் பார்த்த சபை உறுப்பினர்கள் பயத்தினால் வெளிறி போய்த் துயரம் கொண்டு அழுதனர். தக்ஷகனின் முழக்கத்தைக் கேட்ட அனைத்து அமைச்சர்களும் தலைதெறிக்க ஓடினர். அப்படி அவர்கள் ஓடியபோது, ஒரு பெண்ணின் தலையுச்சியின் அடர்ந்த கூந்தலின் நடுவே உள்ள சிவந்த வகிட்டைப் போல, நீல வானத்திலே தாமரை நிறக் கோடாக அந்தப் பாம்புகளில் அற்புதமானவனும், பாம்புகளின் அரசனுமான தக்ஷகன் செல்வதைக் கண்டனர்.

மன்னன் பரீக்ஷித் வாழ்ந்து வந்த அந்த மாளிகை தக்ஷகனின் விஷத்தால் பற்றி எரிந்தது. இதையெல்லாம் கண்ட மன்னனின் சபை உறுப்பினர்கள் எல்லாத் திக்குகளுக்கும் பறந்து சென்றனர். மன்னனோ இடியால் தாக்குண்டவன் போல் கீழே விழுந்தான். தக்ஷகனின் விஷத்தால் வீழ்த்தப்பட்ட மன்னன் பரீக்ஷித்துக்கான இறுதிச் சடங்குகள் அனைத்தையும் அவனது சபை உறுப்பினர்களும், பிராமணர்களான அரச புரோகிதரும் சேர்ந்து செய்தனர். குடிமக்கள் அனைவரும் சேர்ந்து, இன்னும் வயதை அடையாதவனும், இறந்து போன தங்கள் ஏகாதிபதியின் மகனுமான சிறுவனைத் தங்கள் மன்னனாக்கினர். அம்மக்கள் குரு பரம்பரை நாயகனும், எதிரிகளை ஒடுக்குபவனுமான அந்தப் புது மன்னனை ஜனமேஜயன் என்று அழைத்தனர்.

ஏகாதிபதிகளில் சிறந்தவனான ஜனமேஜயன் சிறுவனாக இருந்தாலும், எண்ணத்தில் விவேகமுள்ளவனாக இருந்தான். குரு பரம்பரையினரில் காளையான பரீக்ஷித்தின் அந்த மூத்த மகன், தனது அமைச்சர்கள் மற்றும் புரோகிதரோடு அந்த நாட்டைத் தனது முப்பாட்டனைப் போலவே சிறப்பாக ஆண்டான். இளம் ஏகாதிபதியான ஜனமேஜயனின் அமைச்சர்கள், எதிரிகளைக் கட்டுக்குள் வைத்திருக்கும் திறமை வாய்ந்தவனாக அவன் ஆகிவிட்டதைக் கண்டும், தகுந்த வயதடைந்ததைக் கண்டும், காசி மன்னன் சுவர்ணவர்மனிடம், அவனது மகள் வபுஷ்டமையைத் தங்கள் மன்னனுக்கு மணமகளாகக் கேட்டனர். காசிமன்னன் சுவர்ணவர்மனும், தகுந்த விசாரணைகளுக்குப் பிறகு, குரு பரம்பரையின் பலம்வாய்ந்த வீரனான அந்த ஜனமேஜயனுக்குத் தனது மகள் வபுஷ்டமையை முறையான சடங்குகளுடன் மணமுடித்துக் கொடுத்தான்.

மன்னன் மணவாட்டியைப் பெற்று பெரு மகிழ்ச்சியோடு இருந்தான். அவன் எந்நேரத்திலும் வேறு எந்தப் பெண்ணுக்கும் தனது இதயத்தைக் கொடுக்காமல் இருந்தான். பெரும் சக்தியைக் கொடையாகக் கொண்டு, நிறைந்த இதயத்துடன், இன்பத்தை விரும்பி, நீர்நிலைகளிலும், கானகங்களிலும், மலர்ச்சோலைகளிலும் திரிந்து கொண்டிருந்தான். பழங்காலத்தில் தேவலோக மங்கை ஊர்வசியை அடைந்த புரூரவஸ் எப்படி மகிழ்ச்சியாக இருந்தானோ அப்படி இந்த முதன்மையான ஏகாதிபதியும் காலத்தைக் கழித்தான். அழகுக்காகப் போற்றப்பட்டவளும், அழகானவர்களிலேயே அழகானவளுமான அந்த மங்கை வபுஷ்டமையும், தான் விரும்பியவாறு கணவன் கிடைத்தான் என்றெண்ணி, அவன் தன்னோடு இன்பமாக இருந்தபோதெல்லாம், அர்ப்பணிப்புடனும், மிகுந்த பாசத்துடனும் தனது கணவன் ஜனமேஜனை மனநிறைவு கொள்ளச் செய்தாள்.

புத்திரப்பேறு குறித்து யாயாவரர்கள்!

அதேவேளையில், பெரும் துறவியான ஜரத்காரு, எந்த இடத்தில் பொழுது மறைகிறதோ, அந்த இடத்தை அந்த இரவுக்கான தமது இல்லமாக்கி, உலகம் முழுதும் சுற்றினார். ஆன்ம பலத்தைக் கொடையாகக் கொண்டு, சுற்றித் திரிந்து, முதிர்வுறாதவர்களால் செய்ய முடியாத கடினமான பல நோன்புகளை நோற்று, பல புனித நீர் நிலைகளில் நீராடினார். அவர் காற்றை மட்டுமே உணவாகக் கொண்டும், உலக இன்பங்களின் மீது ஆசை இல்லாமலும் சுதந்திரமாக இருந்தார். தினமும் மெலிந்துகொண்டு வந்து, சதைப்பற்றில்லாமல் இருந்தார். அவர் ஒருநாள் தமது முன்னோர்களான பித்ருக்கள் ஒரு பொந்துக்குள், ஒரே ஒரு விலாமிச்சை மர வேரைக் கயிறாகக் கொண்டு, தலைகீழாகத் தொங்கிக் கொண்டிருப்பதைக் கண்டார். அந்த ஒரு வேரையும், அப்பொந்துக்குள் வாழும் பெரிய எலி ஒன்று தின்று கொண்டிருப்பதையும் கண்டார்.

அப்படி இருந்த அந்தப் பித்ருக்கள், முக்தியில் பெருவிருப்பம் கொண்டவர்களாக, உணவில்லாமல், உடல் மெலிந்து, பார்ப்பதற்குப் பரிதாபமாக இருந்தனர். ஜரத்காரு அந்தப் பரிதாபமானவர்களை அடக்கத்துடன் அணுகி, "இந்த விலாமிச்சை வேர்களில் தொங்கிக் கொண்டிருக்கும் நீங்கள் யார்? விலாமிச்சை வேர்கள், எலியின் கூரிய பற்களால் கடித்து தின்னப்பட்ட நிலையில் மீதமிருக்கும் மெல்லியதான ஒற்றை

வேரும் அதே எலியாலே கடிக்கப்படுகிறதே! மீதமிருக்கும் அந்த ஒற்றை இழையும் விரைவிலேலேயே அறுந்து விடும். நீங்கள் இந்தப் பொந்துக்குள் தலைகுப்புற விழப்போவது தெளிவாகத் தெரிகிறது. தலைகீழாகத் தொங்கும் உங்களையும், உங்களது பெருந்துயரையும் பார்க்கும் எனக்குப் பரிதாபமாக இருக்கிறது. நான் உங்களுக்கு என்ன நல்லது செய்யட்டும்? இந்த உங்கள் துயரை, எனது தவத்தில் நாலில் ஒரு பங்கு, அல்லது மூன்றிலொரு பங்கு, அல்லது இரண்டில் ஒரு பங்கைக் கொண்டு விலக்க முடியுமா என்று விரைவாக எனக்குச் சொல்லுங்கள். அல்லது எனது முழுப் புண்ணியங்களையும் எடுத்துக் கொண்டு உங்களை விடுவித்துக் கொள்ளுங்கள். அனைத்திற்கும் நான் ஒப்புக் கொள்கிறேன். நீங்கள் விருப்பப்படும்படி செய்யுங்கள்" என்றார் அந்த ஐரத்காரு.

அதற்கு அந்த மூதாதையர்கள், "பெருமதிப்புக்குரிய பிரம்மச்சாரியே, நீ எங்களை விடுவிக்க விரும்புகிறாய். பிராமணர்களில் முதன்மையானவனே! உனது தவப்பயனால் எங்கள் துன்பத்தை உன்னால் நீக்க முடியாது. பேச்சாளர்களில் முதன்மையானவனே! குழந்தாய், எங்கள் சொந்தப் புண்ணியங்களின் பலன்கள் எங்களுக்கும் உள்ளன. ஆனால், வாரிசற்ற நிலையிலேயே நாங்கள் இந்தப் புனிதமற்ற பொந்துக்குள் விழுகிறோம். ஒரு மகனே, ஒருவனுக்குச் சிறந்த தகுதி என்று பெருந்தகப்பன் பிரம்மனே சொல்லியிருக்கிறான். இந்தக் குழிக்குள் நாங்கள் விழப்போகும் இந்தத் தருணத்தில், எங்களுக்கு எந்தச் சிந்தனையும் தெளிவாக இல்லை. எனவே, குழந்தாய்! உன்னை நாங்கள் அறியவில்லையென்றாலும், உனது மனிதத்தன்மையை உலகம் அறியும். எங்கள் துயரையும் அவலநிலையையும் கண்டு, கருணையினால் எங்களுக்காகப் பரிதாபப்படும் நீ வணக்கத்துக்கும், நற்பேற்றுக்கும் உரியவன்.

பிராமணா! நாங்கள் யார் என்பதைக் கேள், நாங்கள் கடுந்தவங்களைச் செய்யும் யாயாவரப் பிரிவைச் சேர்ந்த முனிவர்கள். முனிவனே! பிள்ளைப் பேறில்லாமல்,

புனிதமான இடத்திலிருந்து கீழே விழுந்திருக்கிறோம். எங்கள் தவப் பலன்கள் முழுவதும் அழிந்துவிடவில்லையாதலால் ஓர் இழை இன்னும் இருக்கிறது. ஆனால் இப்போது அந்த ஒரே ஓர் இழையை மட்டுமே நாங்கள் கொண்டிருக்கிறோம். எனினும், அந்த ஒரே வாரிசு இழையான அவன் இருப்பதனாலும், இல்லாமல் போவதாலும் காரியம் ஒன்றுமில்லை. எங்களைப் போலவே பேறற்றவனும், ஜரத்காரு என்று அறியப்படுபவனுமான ஓரிழையை நாங்கள் கொண்டிருக்கிறோம். அந்தப் பேறற்ற ஜரத்காரு, வேதங்களையும் அதன் அனைத்துக் கிளைகளையும் பயின்று, துறவை மேற்கொண்டு தனியாக இருக்கிறான். ஆன்மாவை முழுமையாகத் தன் கட்டுக்குள் வைத்திருப்பவனும், உயர் ஆன்மாக் கொண்டவனும், நோன்புகளைக் கடைப்பிடிப்பவனும், தவத்துறவுகளில் ஆழமாக ஈடுபட்டு, புண்ணியங்களைக் குறித்த பேராசைகளைத் துறந்தவனுமான அந்த ஜரத்காருவே எங்களை இந்த நிலைக்குக் கீழிறக்கியிருக்கிறான். அவனுக்கு மனைவி கிடையாது, மகன் கிடையாது, எந்த உறவினர்களும் கிடையாது. அதனால், நாங்கள் எங்கள் சுயநினைவை இழந்து கவனிக்க ஆள் இல்லாதஅனாதைகளைப் போல இந்தப் பொந்துக்குள் தொங்கிக் கொண்டிருக்கிறோம்.

நீ அவனைச் சந்தித்தால், எங்கள் மீது கருணை கொண்டு அவனிடம், 'துயர் கொண்டிருக்கும் உமது பித்ருக்கள் தலைகுப்புறப் பொந்துக்குள் தொங்கிக் கொண்டிருக்கின்றனர். புனிதமானவரே, ஒரு மனைவியைத் தேர்ந்தெடுத்து, பிள்ளைகளைப் பெற்றுக் கொள்வீராக. தவத்தை செல்வமாகக் கொண்டவரே, மனதுக்கினியவரே, நீரே ஒரே ஒரு இழையாக உமது பித்ருக்களின் பரம்பரையில் இருக்கிறீர்' என்று சொல்வாயாக. பிராமணா! நாங்கள் தொங்கிக் கொண்டிருக்கும் இந்த ஒரே இழையான விலாமிச்சை வேரானது, எங்கள் குலத்தின் பெருக்கத்தைக் குறிக்கிறது. நீ காணும் எலியால் உண்ணபட்ட விலாமிச்சை வேர்களின் இழைகளே, காலத்தால் உண்ணப்பட்ட நாங்கள்

ஆவோம். பாதி உண்ணப்பட்ட நிலையில் நீ காண்பதும், நாங்கள் தொங்கி கொண்டிருப்பதுமான இந்த வேரே, அந்தத் தவத்தை மட்டுமே தேர்ந்தெடுத்த ஜரத்காரு ஆவான். நீ காணும் அந்த எலியே பெரும்பலம்பொருந்திய காலமாகும். அந்தக்காலமானது, தவ பயன்களால் படிப்படியாக தூண்டப்பட்டுத் தவங்களில் ஈடுபட்டு இருக்கும், அறிவும், நல்லிதயமும் அற்ற அந்தப் பாதகன் ஜரத்காருவைக் கொல்கிறது.

சிறந்தவனே! அவனது தவத்தால் எங்களைக் காக்க முடியாது. வேர்கள் அறுந்து காலத்தால் சுயநினைவை இழந்து, மேலுலகில் இருந்து பாவங்கள் செய்த பாதகர்களைப் போலக் கீழே விழும் எங்களைப் பார். நாங்கள் எங்கள் உறவினர்களுடன் இந்தக் குழிக்குள் விழுந்தால், அவனும் இந்த நரகத்திற்குள்ளேயே விழுவான். குழந்தாய், தவமாக இருந்தாலும், வேள்வியாக இருந்தாலும், புனிதமான எந்தச் செயலாக இருந்தாலும், அவையெல்லாம் ஒரு மகனுக்கு ஈடாகாது. குழந்தாய்! அனைத்தையும் கண்ட நீ, தவத்தையே செல்வமாகக் கொண்ட ஜரத்காருவிடம் பேசுவாயாக. நீ கண்டதையெல்லாம் விபரமாக அவனிடம் எடுத்துக்கூறுவாயாக. பிராமணா, நீ எங்கள் மீது கொண்ட கருணையால், அவன் தன் நண்பர்களுக்கிடையிலோ, எங்கள் குலத்திலேயோ திருமணம் செய்துகொண்டு பிள்ளைகள் பெற தூண்டும் வகையில் பேசுவாயாக. சிறந்தவனே! எங்கள் நண்பனைப் போல எங்கள் துயரைக் கண்டு வருந்தும் நீ யார்? இங்கே நிற்கும் நீ யார் என்பதைக் கேட்க விரும்புகிறோம்" என் ஜரத்காருவிடம் சொன்னார்கள் அந்த யாயாவரர்கள்.

ஜரத்காரு கேட்ட பிச்சை!

இதையெல்லாம் கேட்ட ஜரத்காரு மிகுந்த துயருற்றார். அந்தத் துயரத்தால் உந்தப்பட்டுக் கண்ணீரால் தடைப்பட்டக்குரலுடன் தனது பித்ருக்களிடம் பேசலானார். ஜரத்காரு, "நீங்களே முன்சென்ற எனது தந்தையும், பாட்டன்களும் ஆவீர்கள். எனவே, நான் உங்கள் நன்மைக்கு என்ன செய்ய வேண்டும் என்று சொல்வீராக. நானே உங்கள் மகனான, அந்தப் பாவி ஜரத்காரு. பாதகனான என்னை, எனது பாவங்களுக்காகத் தண்டியுங்கள்" என்றார்.

பித்ருக்கள், "மகனே! உனது நற்பேறாலேயே உன் பயணத்தில் இந்த இடத்திற்கு வந்து சேர்ந்தாய். பிராமணா, நீ ஏன் உனக்கொரு மனைவியை ஏற்றுக் கொள்ளவில்லை?" என்றனர்.

ஜரத்காரு, "பித்ருக்களே, எனது உயிர் வித்தை மேல்நோக்கி எழும்பச் செய்து, எனது உடலுடன் மற்ற உலகங்களுக்குச் செல்ல ஆவல் கொண்டேன். மனைவியைக் கொள்ளவேண்டாம் என்ற எண்ணத்தை என் மனம் கொண்டது. ஆனால் பாட்டன்மார்களே, நீங்கள் பறவைகளைப் போலத் தொங்குவதைக் கண்ட பிறகு, எனது மனத்தைப் பிரம்மச்சரியத்திலிருந்து விலக்கிக் கொண்டேன். நீங்கள் விரும்புவதை உண்மையாகச் செய்வேன். ஜரத்காரு என்றனது பெயர் கொண்ட ஒரு மங்கையை நான் கண்டால், அவளும் அவளுடைய விருப்பத்தின் பேரில் என்னிடம

பிச்சையாக ஒப்படைப்பட்டால், அவளை நான் காப்பாற்ற வேண்டியது இல்லையென்றால், நான் கண்டிப்பாக அவளை மணமுடிப்பேன். அப்படி ஒருத்தி கிடைத்தால், நான் மணமுடிப்பேன். அப்படி இல்லையென்றால் நான் மணமுடிக்க மாட்டேன். இஃது உண்மை. பாட்டன்மார்களே, அவளால் பெறப்படும் பிள்ளை உங்கள் முக்திக்கு வழி வகுப்பான். என் பித்ருக்களே, நீங்கள் எப்போதும் அச்சமின்றி அருள் வாழ்க்கை வாழ்வீர்களாக" என்றார்.

இப்படித் தமது பித்ருக்களிடம் சொல்லிவிட்டு, முனிவர்ஜரத்காரு, மறுபடியும் உலகைச் சுற்றினார். வயதான பிறகும் அவரால் ஒரு மனைவியைக் கொள்ளமுடியவில்லை. தமது தோல்வியை உணர்ந்த அவர் துயர்கொண்டார். ஆனால் தமது முன்னோர்களின் வழிகாட்டுதலின்படி அவரது தேடலைத் தொடர்ந்தார். அடர்ந்த கானகத்திற்குள் சென்று தமது முன்னோர்களை நினைத்து துயரத்தால் கதறி அழுதார்.

கானகத்திற்குள் சென்ற அந்த விவேகி, தமது முன்னோர்களுக்கு நன்மை செய்வதற்கு எண்ணி, "நான் மனைவியை யாசிக்கிறேன்" என்று உறுதியுடன் மூன்று முறை கூறினார். அதன்பிறகு, "அசைவன, அசையாதன, கண்ணுக்குப் புலப்படாதன என்று எந்த உயிரினங்கள் இங்கே இருக்கின்றனவோ, யாராக இருந்தாலும், எனது வார்த்தைகளைக் கேட்பீராக! எனது முன்னோர்கள் துயரத்தால் உந்தப்பட்டு, கடும் தவங்களில் ஈடுபட்டிருந்த என்னை 'ஒரு மகனுக்காகத் திருமணம் செய்து கொள்வாயாக' என்று பணித்தார்கள். நான் எனது முன்னோர்களின் வழிகாட்டுதல்படி, வறுமையுடனும், துயரத்துடனும் ஒரு மணமகளைப் பிச்சையாகக் கேட்டு உலகம் முழுவதும் சுற்றித் திரிகிறேன். இந்த எனது வார்த்தைகளைக் கேட்ட எந்த உயிரினமும் தனது மகளை எனக்கு மணமுடிக்கட்டும். எனது பெயர் கொண்ட அந்த மணமகளை எனக்குப் பிச்சையாக

இட்டாலும், நான் அவளைப் பராமரிக்க மாட்டேன். எனக்கு மணமகளை அளியுங்கள்" எனக் கூறினார்.

இதைக் கவனித்தவையும், வாசுகியால் கண்காணிக்கப் பணிக்கப்பட்டு ஜரத்காருவின் வழியில் இருந்தவையுமான பாம்புகள், ஜரத்காருவின் விருப்பத்தை உணர்ந்து, வாசுகிக்குத் தகவலைத் தெரிவித்தன. பாம்புகளின் மன்னன் வாசுகி, அந்தப் பாம்புகளுடைய வார்த்தைகளைக் கேட்டு, ஆபரணங்கள் பூண்ட பெண் பாம்பு ஜரத்காருவை அழைத்துக் கொண்டு முனிவர் ஜரத்காரு இருந்த வனத்திற்குச் சென்றான். பாம்புகளின் மன்னன் வாசுகி, அங்கே சென்று, அந்த மங்கையை அந்த உயரான்ம முனிவர் ஜரத்காருவுக்கு பிச்சையாக இட்டான். அந்த முனிவர் ஜரத்காரு உடனே அவளை ஏற்கவில்லை. தமது பெயர் கொண்டவளாக அவள் இருக்கமாட்டாள் என்றெண்ணியும், அவளுடைய பராமரிப்புக் குறித்து இன்னும் முடிவாகவில்லை என்றும் சிறிது நேரம் சிந்தித்த அந்த முனிவர், அவளை ஏற்பதில் தயக்கம் காட்டினார். அதன் பிறகு, வாசுகியிடம் அந்த மங்கையின் பெயரைக் கேட்டு, 'இவளை நான் பராமரிக்க மாட்டேன்' என்று அவனிடம் சொன்னார் அந்த ஜரத்காரு.

மனைவியைப் பிரிந்த ஜரத்காரு!

பாம்புகளின் மன்னன் வாசுகி முனிவர் ஜரத்காருவிடம், "பிராமணர்களில் சிறந்தவரே! இந்த மங்கை உமது பெயர் கொண்டவளே. இவள் தவத் தகுதி வாய்ந்த எனது தங்கையாவாள். உமது மனைவியை நானே பராமரித்துக் கொள்வேன். இவளை ஏற்றுக் கொள்வீராக. தவத்தை செல்வமாகக் கொண்டவரே! எனது எல்லாத் திறன்களையும் பயன்படுத்தி நான் இவளைக் காப்பேன். முனிவர்களில் முதன்மையானவரே! உமக்காகவே நான் இவளை வளர்த்தேன்" என்றான். அதற்கு முனிவர் ஜரத்காரு, "நான் அவளைப் பாதுகாக்க மாட்டேன் என்பது இதன்மூலம் ஒப்புக் கொள்ளப்படுகிறது. எனக்குப் பிடிக்காத எதையும் அவள் செய்யக்கூடாது. அவள் அப்படிச் செய்தால், நான் அவளை விட்டு விலகி விடுவேன்" என்றார்.

அதற்கு வாசுகி "நான் எனது தங்கையை பராமரிப்பேன்" என்று உறுதி கூறிய பிறகு, ஜரத்காரு அந்தப் பாம்பின் இல்லத்திற்குச் சென்றார். மந்திரங்களை அறிந்த பிராமணர்களில் முதன்மையானவரும், கடுந்தவங்கள் நோற்றவரும், அறம்சார்ந்தவரும், தவத்திலே பெரியவருமான அந்த ஜரத்காரு சாத்திர விதிகளின்படி தம்மிடம் கொடுக்கப்பட்ட அந்தப் பெண் பாம்பான ஜரத்காருவின் கரத்தைப் பற்றினார். பின், பெரும் முனிவர்களால் கொண்டாடப்பட்டவரான அவர், தமது மணவாட்டியை

அழைத்துக்கொண்டு தமக்காகப் பாம்புகளின் மன்னனால் ஒதுக்கப்பட்ட அறைக்குள் சென்றார்.

அந்த அறைக்குள்ளிருந்த பஞ்சணையில் விலையுயர்ந்த மெத்தைகள் விரிக்கப்பட்டிருந்தன. அங்கே ஜரத்காரு தமது மனைவியுடன் வாழ்ந்து வந்தார். அந்தச் சிறந்த முனிவர், தன் மனைவியுடன் ஓர் ஒப்பந்தம் செய்துகொண்டார். அவர், "எனது விருப்பத்திற்கு மாறாக எதையும் நீ சொல்லவோ, செய்யவோ கூடாது. அப்படி ஏதாகிலும் நீ செய்தால், உடனே நான் உன்னைவிட்டு விலகிவிடுவேன், உனது இல்லத்தில் தங்கமாட்டேன். என்னால் சொல்லப்பட்ட இந்த வார்த்தைகளை உன் மனத்திற்குள் பதியவைத்துக் கொள்வாயாக" என்று கூறியிருந்தார்.

பாம்பு மன்னன் வாசுகியின் தங்கையான பெண்பாம்பு ஜரத்காரு கவலையுடனும், அதிகமான வருத்தத்துடனும் "அப்படியே ஆகட்டும்" என்றாள். தனது உறவினர்களுக்கு நன்மை செய்ய விருப்பம் கொண்டு, குற்றமில்லாதவளான அந்த மங்கை, நாய் போன்ற விழிப்புடனும், மான் போன்ற மருட்சியுடனும், காக்கையைப் போன்ற குறிப்புணர்தலுடனும் தனது கணவர் ஜரத்காருவைக் கவனித்துக் கொண்டாள்[45]. ஒரு நாள், தனது தீட்டுக் காலத்திற்குப் பிறகு, அந்த வாசுகியின் தங்கை, முறைப்படி குளித்துத் தன்னைத் தூய்மைப்படுத்திக் கொண்டு, தனது தலைவரான அந்த முனிவரை அணுகினாள். அதன் பிறகு அவள் கருத்தரித்தாள். நெருப்பின் தழல் போன்றும், பெரும் சக்தியுடனும், நெருப்பைப் போன்ற பிரகாசத்துடனும் அந்தக் கரு இருந்தது. வளர்பிறைச் சந்திரன் போல அது வளர்ந்து வந்தது.

____

45 இங்கே சொல்லப்பட்டிருக்கும் மூலச் சொல் சுவேதகாகீயம் என்பதாகும். சுவ என்றால் நாய் என்றும், ஏத என்றால் மான் என்றும் காக என்றால் காக்கை என்றும் சிலர் பிரித்துக் கொள்வார்கள்; மற்றும் சிலரோ சுவேதகாகம் என்பது கொக்கு என்றும், மழைக்காலத்தில் கூட்டுக்குள்ளிருக்கும் ஆண் கொக்கைப் பெண்கொக்குக் காப்பாற்றுவது போல உபசரித்தாள் என்று சொல்கிறார்கள்.

ஒருநாள் பெரும் புகழ் வாய்ந்த ஜரத்காரு, தமது மனைவியின் மடியில் படுத்து சிறிது நேரத்திற்குள் களைப்புற்றவர் போலத் தூங்கிக் கொண்டிருந்தார். அப்படி அவர் தூங்கிக் கொண்டிருக்கும்போது, சூரியன் மேற்கு மலைகளில் உள்ள தன் இல்லத்திற்குள் புகுந்து மறையத் தொடங்கினான். பகல் அப்படி ஒளியிழந்து கொண்டிருந்த போது, வாசுகியின் சிறந்த தங்கை தனது கணவரின் அறத்திற்குக் கேடு வந்துவிடுமேயென்ற அச்சத்தினால் சிந்தித்தாள். "நான் இப்போது என்ன செய்வது? எனது கணவரை எழுப்பலாமா வேண்டாமா? தமது அறக் கடமைகளில் அவர் நேரம் தவறாதவராகவும், அதற்கென இன்னல்களை அடைய தயாராகவும் இருப்பாரே. அவரைக் கோபப்படுத்தாதவாறு நான் எப்படிச் செயல்படுவது? ஒன்று அவரது கோபத்திற்கு ஆளாக வேண்டும். அல்லது இந்த அறம் சார்ந்த மனிதனின் அறம் கெட்டுப்போக வேண்டும். அறத்தை இழப்பதுவே இந்த இரு தீமைகளில் தீங்கானது என்று நான் எண்ணுகிறேன். நான் எழுப்பினால் இவரின் கோபத்துக்கு ஆளாவேன். ஆனால், இவரது வேண்டுதல்கள் இல்லாமல் இம்மாலையின் சந்தியாகாலம் கரையுமானால், இவர் நிச்சயமாக அறத்தை இழந்துவிடுவார்" என்று நினைத்தாள்[46].

இனிய சொல்கொண்ட வாசுகியின் தங்கையான அந்த ஜரத்காரு, இறுதியாக ஒரு முடிவுக்கு வந்து, தமது தவத் துறவுகளால் ஒளிர்ந்தவரும், நெருப்பின் தழலைப் போலப் படுத்துக் கிடந்தவருமான முனிவர் ஜரத்காருவிடம் மென்மையாகப் பேசினாள். அவள். "பெரும் நற்பேறுடையவரே! கதிரவன் மறைகிறான் எழுந்திருப்பீராக. கடுந்தவங்கள் செய்வரே, சிறப்புமிக்கவரே, நீரால் உங்களைத் தூய்மைப்படுத்திக் கொண்டு, விஷ்ணுவின் பெயரை உச்சரித்துச் செய்யப்படும் மாலை வேண்டுதல்களைச்

---

46 மனைவி ஜரத்காரு தன் கணவனை எழுப்பினாலும் அவர் கோபித்துக் கொள்வார். எழுப்பாவிட்டாலும் அறம் பிறழ வைத்ததற்காக கோபித்துக் கொள்வார். எனவே எழுப்புவதே மேல். அவரது அறமாவது பிறழாமல் இருக்கட்டுமென நினைத்தாள்.

செய்வீராக. மாலை வேள்விக்கான நேரமாகிவிட்டது. சந்தி வெளிச்சம் இப்போது கூட மேற்கு புறத்தில் மென்மையாகச் சூழ்ந்திருக்கிறது" என்றாள்.

இப்படிக்கேட்டுக்கொள்ளப்பட்டவரும், சிறந்த தவத்தகுதிகள் கொண்டவருமான புகழ்பெற்ற ஜரத்காரு, கோபத்தால் மேல் உதடுகள் துடிக்கத் தன் மனைவியிடம், "நாகர்குலத்தில் உதித்த இனிமையானவளே, நீ என்னை அவமதித்தாய். இனி ஒருக்காலும் உன்னுடன் இருக்க மாட்டேன். நான் எங்கிருந்து வந்தேனோ அங்கேயே செல்கிறேன். அழகிய தொடைகளைக் கொண்டவளே! நான் உறங்கி கொண்டிருந்தேனேயானால், சூரியனுக்கு வழக்கமான நேரத்தில் மறையும் சக்தி கிடையாது என்பதை இதயப்பூர்வமாக நம்புகிறேன், அவமதிக்கப்பட்ட மனிதன், தான் அவமதிக்கப்பட்ட இடத்தில் வாழக்கூடாது. அதுவும் என்னைப் போன்ற அறம் சார்ந்தவர்கள் அப்படி வாழவே கூடாது" என்றார். தனது கணவனான முனிவர் ஜரத்காருவால் இப்படிச் சொல்லப்பட்ட வாசுகியின் தங்கை ஜரத்காரு, அச்சத்தால் நடுங்கியவாறு, 'பிராமணரே! அவமதிக்க விரும்பி நான் உம்மை எழுப்பவில்லை. உமது அறம் கெட்டுவிடக்கூடாது என்றே எழுப்பினேன்' என்றாள்.

கோபவசப்பட்டவரும், பெரும் ஆன்மத் தகுதி கொண்டவருமான முனிவர் ஜரத்காரு, தமது மனைவியைக் கைவிட விரும்பி, தமது மனைவியிடம் இப்படிப் பேசினார், "அழகானவளே! ஒருபோதும் நான் பொய்ம்மை பேசியதில்லை. எனவே, நான் செல்லப் போகிறேன். இதுவே நமக்குள்ளான உடன்பாடாகும். இனியவளே! நான் உன்னுடன் காலத்தை மகிழ்ச்சியாகக் கழித்தேன். அழகானவளே! நான் சென்ற பிறகு, நான் உன்னை விட்டுச் சென்றேன் என்பதை உன் தமையனிடம் நீ சொல்வாயாக. நான் செல்வதால், எனக்காக நீ வருந்துவது உனக்குத் தகாது" என்றார்.

இப்படிக் குற்றமில்லாத அங்கங்களை உடையவளான வாசுகியின் அழகான தங்கை ஜரத்காரு, பதற்றத்தாலும்,

துயரத்தாலும் நிறைந்து, நெஞ்சம் நடுங்கிகொண்டிருந்தாலும், போதுமான அளவு தைரியத்தையும், பொறுமையையும் வரவழைத்துக்கொண்டு, முனிவர் ஜரத்காருவிடம் பேசினாள். அவளது வார்த்தைகள் கண்ணீரால் தடைபட்டு வெளிவந்தது. அவளது முகம் பயத்தால் மங்கியது. அவள் தனது கரங்களைக் குவித்து, கண்ணீரில் குளித்த கண்களுடன், "என்னிடம் குற்றம் இல்லாத போது என்னைவிட்டு நீர் பிரிவது தகாது. நீர் அறத்தின் பாதையில் செல்பவர். எனது உறவினர்களின் நன்மையைக் கருதிக் கொண்டு நானும் அதே பாதையில்தான் போகிறேன். பிராமணர்களில் சிறந்தவரே! என்ன காரணத்திற்காக நான் உம்மிடம் ஒப்படைக்கப்பட்டேனோ, அந்தக் காரியம் நிறைவேறவில்லையே. நற்பேறற்றவளான என்னிடம் வாசுகி என்ன கேட்பான்? அருமையானவரே! தாய் கத்ருவின் சாபத்தால் பாதிக்கப்பட்ட எனது உறவினர்கள் எனது மகனை ஆவலுடன் எதிர்பார்க்கிறார்கள். அந்தக் காரியம் இன்னும் நிறைவேறவில்லையே! என் உறவினர்களின் நன்மையானது உம்மிடமிருந்து நான் ஒரு மகனை பெறுவதையே சார்ந்திருக்கிறது. சிறப்புமிக்க பிராமணரே! உம்முடனான எனது தொடர்பு பலனளிக்காமல் போகக்கூடாது என்பதற்காகவும், குலத்திற்கு நன்மை செய்யும் விருப்பத்தினாலும் நான் உம்மிடம் வேண்டிக் கொள்கிறேன். அருமையானவரே, உயரான்மாவே, நான் குற்றமற்றவளாக இருக்கும்போது, நீர் ஏன் விலகுகிறீர்? இஃது எனக்குப் புரியவில்லை?" என்றாள்.

இப்படிக் கேட்கப்பட்ட பெரும் தவ தகுதிகள் வாய்ந்த முனிவர் ஜரத்காரு, தனது மனைவியான வாசுகியின் தங்கை ஜரத்காருவிடம், அந்தச் சூழ்நிலைக்குத் தக்க வார்த்தைகளைப் பேசினார். அவர், "நற்பேறுபெற்றவளே! நீ கருவுற்றிருக்கிறாய் என்பதை அறிந்து கொள்வாயாக. அறத்தில் சிறந்து, வேதங்களிலும் அதன் கிளைகளிலும் புலமை கொண்டு, அக்னிக்கு நிகரானவனாக இருக்கும் ஒரு முனிவனின் ஆன்மா உன்னுள் இருக்கிறது" என்றார்.

இப்படிச் சொல்லிவிட்டு, அந்த அற ஆன்மா கொண்ட பெருமுனி ஜரத்காரு, மீண்டும் கடுந்தவங்களைப் பயிலத் தமது இதயத்தில் உறுதியான எண்ணங்கொண்டு தமது வழியே சென்றார்.

ஆஸ்தீகர் பிறப்பு!

தன் தலைவன் தன்னைவிட்டுப் பிரிந்தவுடன், ஜரத்காரு தனது தமையன் வாசுகியிடம் சென்றாள். அந்த வாசுகியிடம் நடந்த அனைத்தையும் சொன்னாள். அந்தப் பாம்புகளின் இளவரசன் வாசுகியோ, பேரழிவைப் போன்ற இச்செய்தியைக் கேட்டு, பரிதாபகரமாக இருந்த தனது சகோதரி ஜரத்காருவிடம், அவளைவிடவும் பரிதாபமான நிலையில் இருந்து பேசினான்.

வாசுகி, "இனிமையானவளே!, உன்னை அளித்த காரணத்தை நீயே அறிவாய். பாம்புகளின் நனமைக்காக உங்கள் சேர்க்கையினால் மகன் பிறந்தால், அந்தச் சக்தி மிக்க மகன், பாம்பு வேள்வியில் இருந்து நம் எல்லோரையும் காப்பான். பழங்காலத்தில் தேவர்களின் முன்னிலையில் பெருந்தகப்பன் பிரம்மனே இதைச் சொல்லியிருக்கிறான். நற்பேறுபெற்றவளே! அந்த முனிவன் ஜரத்காருவுடனான சேர்க்கையால் நீ கருவுற்றனையா? அந்த ஞானமுள்ளனுக்கு உன்னை அளித்தது கனியற்றதாக இருக்கக்கூடாது என்பதே என் இதயத்தின் விருப்பம்.

உண்மையில், இதை நான் உன்னிடம் கேட்பது முறையாகாது. இருப்பினும், விஷயத்தின் முக்கியத்தைக் கருதியே நான் உன்னைக் கேட்கிறேன். எப்போதும் கடுமையான தவங்களில் ஈடுபடுபவரான உன் தலைவனின் பிடிவாதத்தை அறிந்த

நான், அவரது சாபத்திற்கு அஞ்சி அவர் திரும்பி வர வேண்டி அவர் பின் செல்லமாட்டேன். இனிமையானவளே! உன் தலைவன் சொன்னதை விவரமாகக்கூறுவாயாக. எனது இதயத்தில் நெடுங்காலமாகச் செருகப்பட்டிருப்பதும், பயங்கரமாகக் கலங்கடிப்பதுமான கணையை அகற்றி விடுவாயாக" என்றான்.

பாம்புகளின் மன்னனான வாசுகியால் இப்படிக் கூறப்பட்ட ஜரத்காரு,விரிவாகப்பேசிஅவனைச்சமாதானப்படுத்தினாள். அவள், "தவவலிமை கொண்டவரான அந்த உயரான்ம முனிவரிடம் பிள்ளையைப் பற்றி நான் கேட்டதற்கு, 'இருக்கிறது' என்று சொல்லிவிட்டுச் சென்றுவிட்டார். அவர் கேலிக்காகக் கூட மெய்யற்றதைப் பேசிக் கேட்ட நினைவு எனக்கில்லை. மன்னா, இதைப் போன்ற முக்கிய நேரத்தில் அவர் ஏன் பொய்ம்மை பேச வேண்டும்? அவர், "பாம்பினத்தின் மகளே! நமது தாம்பத்தியத்தின் நோக்கமான பலனை எண்ணி நீ வருந்தாதே. ஒளிரும் கதிரவனைப் போன்ற பிரகாசத்துடன் உனக்கொரு மகன் பிறப்பான்" என்றார். சகோதரா! இதைச் சொல்லிவிட்டு, தவத்தை செல்வமாகக் கொண்ட எனது கணவர் சென்றுவிட்டார். எனவே, உனது மனத்தில் உள்ள ஆழ்ந்த வருத்தமானது மறையட்டும்" என்றாள்.

இதைக் கேட்ட பாம்புகளின் மன்னன் வாசுகி, தனது சகோதரியான பெண்பாம்பு ஜரத்காருவின் வார்த்தைகளை ஏற்று, பெருமகிழ்வுடன், 'அப்படியே ஆகட்டும்' என்றான். அந்தப் பாம்புகளின் தலைவன் வாசுகி, தன் தங்கையை வாழ்த்தியும், பொருத்தமாகப் புகழ்ந்தும், செல்வத்தை அளித்தும் நன்கு கவனித்துக் கொண்டான்.

பிறகு, பெரும் காந்தியைக் கொண்ட அந்தக் கரு, வானத்தில் இருக்கும் வளர்பிறை மதியைப் போல வளர ஆரம்பித்தது. பாம்புகளின் சகோதரியான அந்த ஜரத்காரு, குறித்த நேரத்தில், தேவலோகக் குழந்தைக்கு ஒப்பான காந்தியுடன்

ஒரு மகனை ஈன்றெடுத்தாள். பின்னாளில், அவன் தன் முன்னோர்களையும், தாய்வழி உறவினர்களையும் அச்சத்திலிருந்து விடுவிப்பவன் ஆனான். அந்தக் குழந்தை, பாம்பு மன்னன் வாசுகியுடைய வீட்டிலேயே வளர்ந்தான். வேதங்களையும், அதன் கிளைகளையும், பிருகுவின் மைந்தரான முனிவர் சியவனரிடம் படித்தான். சிறுவனாக இருந்தபோதிலும் அவனது நோன்புகள் கடுமையானதாக இருந்தன. அறிவுக்கூர்மையைக் கொடையாகக் கொண்டும், அறம்சார்ந்த எல்லாக் குணங்களுடனும், ஞானத்துடனும், உலக விருப்பங்கள் அற்றும், ஞானியைப் போல அவன் இருந்தான். அவன் கருவில் இருந்தபோது 'இருக்கிறது' என்று சொல்லி அவன் தந்தை காட்டிற்குச் சென்றதால் அவன் ஆஸ்தீகன்[47] என்ற பெயரில் அழைக்கப்பட்டான்.

அவன் சிறுவனாக இருந்தபோதிலும் புத்திக்கூர்மையோடு, தீவிரமானவனாக இருந்தான். பாம்புகளின் அரண்மனையில் பெரும் அக்கறையுடன் அந்த ஆஸ்தீகன் வளர்க்கப்பட்டான். திரிசூலம் தரித்தவனும், தேவர்களின் தலைவனும், சிறப்பு வாய்ந்தவனுமான மகாதேவனைப் போலப் அவன் பொன்வண்ணத்தில் இருந்தான். நாளுக்கு நாள் அவன் வளர்ந்து, பாம்புகளை மகிழ்வூட்டினான்.

---

47 'ஆஸ்தி' என்றால் இருக்கிறது என்று பொருள். அவன் தந்தை "ஆஸ்தி" என்று கூறிசென்றதால் ஆஸ்தீகன் என்றழைக்கப்பட்டான்.

ஜனமேஜயன் நடத்திய வேள்வியும் சரமையும்!

முன்னொரு காலத்தில் பரீக்ஷித்தின் மகன் ஜனமேஜயன் தனது தம்பிகளுடன் குருக்ஷேத்திரத்தின் சமவெளியில் ஒரு பெரிய வேள்வியை நடத்திக்கொண்டிருந்தான். சுருதசேனன், உக்ரசேனன், பீமசேனன் ஆகியோர் அவனுடன் பிறந்த மூன்று தம்பிகளாவர்.

அப்படி அவர்கள் உட்கார்ந்திருக்கும் சமயத்தில், சரமை என்ற தெய்வீக பெண்நாயின் குட்டி, வேள்வி நடக்கும் அந்த இடத்திற்கு வந்தது. ஜனமேஜயனின் தம்பிகள் மூவரும், அந்தக் குட்டியை நையப் புடைத்து விரட்டிவிட்டனர்.

அந்தக் குட்டியும் வலியால் கதறிக்கொண்டே தனது தாயிடம் சென்றது. அதன் தாய் "ஏன் அழுகிறாய்? யார் உன்னை அடித்தது?" என்று கேட்டது. இப்படிக் கேட்கப்பட்ட அந்தக் குட்டி "நான் ஜனமேஜயனின் தம்பிகளால் அடித்து விரட்டப்பட்டேன்" என்றது.

அதற்குக் குட்டியின் தாய் "நீ ஏதாவது தவறு செய்து உன்னை அடித்தார்களா?" என்று கேட்டது. "நான் எந்தத் தவறும் செய்யவில்லை. வேள்விக்கு வைத்திருந்த நெய்யை எனது நாவால் தொடவில்லை. அதன் பக்கம்கூட நான் பார்க்கவில்லை" என்றது குட்டி.

அத்தனையும் கேட்ட குட்டியின் தாய் சரமா, தனது குட்டியின் துயரைப் பொறுக்கமுடியாமல், ஜனமேஜயனும் அவனது தம்பிகளும் இருக்கும் அந்தப் பெரிய வேள்வி நடக்கும் இடத்திற்கு வந்தது. ஜனமேஜயனிடம் கோபத்துடன் "இவன் எனது மைந்தன், உனது வேள்வியின் நெய்யை இவன் நாவால் தொடவில்லை, அதன் பக்கமே பார்வையைச் செலுத்தவில்லை. எக்குற்றமும் செய்யாதிருக்க, இவன் தண்டிக்கப்பட்டது எவ்வாறு?" என்று கேட்டது.

அவர்கள் ஒரு வார்த்தையும் பேசவில்லை. பிறகு சரமா "எக்குற்றமும் செய்யாத என் மைந்தன் உங்களால் அடிக்கப்பட்டான். ஆகையால் நீ அறியாதிருக்கும்போது உன்னைத் தீமை வந்தடையட்டும்" என்று சபித்தது.

உதங்கன்

சில காலத்திற்குப் பிறகு, க்ஷத்திரியர்களான ஜனமேஜயன் மற்றும் பௌஸ்யன் ஆகிய இருவரும் வேதா என்ற முனிவரைத் தங்கள் குருவாக ஏற்றனர்.

ஒருநாள் வேதா, வேள்வி நடத்த வெளியூர் செல்ல வேண்டி இருந்ததால், தனது சீடர்களில் ஒருவனான உதங்கனை வீட்டைக் கவனிக்கும் பொறுப்பை ஏற்க வைத்துவிட்டு "என்னவெல்லாம் வீட்டில் நடக்க வேண்டுமோ அதுவெல்லாம் உன் கவனத்தின் பேரில் நடக்கட்டும்" என்று சொல்லிச் சென்றுவிட்டார்.

உதங்கனும் எப்போதும் கவனத்துடன் அலுவல்களைக் கவனித்து வந்தான். அப்படி உதங்கன் அனைத்தையும் கவனித்து வரும்போது, அந்த இல்லத்தில் இருந்த பெண்கள் கூடி வந்து "உதங்கா, உனது எஜமானி புத்திரப்பேறுக்கான சரியான காலத்தில் {ருது ஸ்நானம் செய்து} இருக்கிறாள். உனது குருவும் வேதாவும் இங்கு இல்லை. ஆகையால், நீயே உன் குருவின் இடத்தில் இருந்து தேவையானதைச் செய்வாயாக" என்றனர். அதற்கு உதங்கன் "பெண்களின் உத்தரவின் பேரில் நான் அப்படிச் செய்வது சரியாகாது. சரியற்றதைச் செய்ய நான் எனது குருவால் உத்தரவிடப்படவில்லை" என்றான்.

வேதா தனது பயணத்தை முடித்துக் கொண்டு திரும்பினார். நடந்தது அத்தனையும் அறிந்தார். உதங்கனைக் குறித்து

மிகுந்த மனநிறைவு கொண்டு, "உதங்கா, எனது மகனே, உனக்கு என்ன உதவியை நான் அளிப்பது? உன்னால் நான் நன்றாகச் சேவிக்கப்பட்டேன். அதனால் நமது நட்பு பெருகிற்று. அதனால் நான் உன்னை விடுவிக்கிறேன். உனது ஆசைகளனைத்தும் நிறைவடையயட்டும்" என்றார்.

குரு வேதாவால் இப்படி விடுவிக்கப்பட்ட உதங்கன், "நீங்கள் விரும்பியதை நான் செய்ய எனக்கு உத்தரவு கொடுங்கள். 'பயன்பாட்டுக்கு முரணாகக் கல்வியை அளிப்பவனும், அதைப் பெறுபவனும் இருந்தால், அந்த இருவரில் ஒருவர் இறப்பர். அல்லது இருவருக்குள்ளும் பகை ஏற்படும்' என்று சொல்லப்பட்டுள்ளது. ஆகையால், உங்கள் விடுவிப்பு எனக்குக் கிடைத்தாலும், குருவுக்கான காணிக்கையாக உங்களுக்கு நான் ஏதாவது செய்து விட்டுச் செல்ல விரும்புகிறேன்" என்றான்.

அவனது குருவான வேதா இதைக்கேட்டு, "உதங்கா, எனது மகனே, சிறிது நேரம் பொறுத்திரு" என்றார். சிறிது காலம் கழித்து, உதங்கன் மறுபடியும், "உங்களுக்கு விருப்பமானதை என்னிடம் காணிக்கையாகக் கேளுங்கள்" என்றான். அதற்கு வேதா, "எனதன்பு உதங்கா, நீ பெற்ற கல்விக்கான காணிக்கையாக ஏதாவது பெறும்படி நீ அடிக்கடிக் கூறிக் கொண்டிருக்கிறாய். ஆகையால், உள்ளே சென்று உனது எஜமானியிடம் என்ன வேண்டுமென்று கேள். அவள் கேட்பதைக் கொண்டு வந்து காணிக்கையாகக் கொடு" என்றார்.

குருதட்சணை

உதங்கன் தனது குரு வேதாவின் மனைவியிடம் சென்று, "அம்மா, குரு எனக்கு விடைகொடுத்து வீட்டுக்குச் செல்ல என்னை அனுமதித்துவிட்டார். நான் கற்ற கல்விக்கு ஏதாவது காணிக்கை கொண்டு வர வேண்டும் என்று விரும்புகிறேன். அப்படிச்செய்தால் நான் இங்கிருந்து கடனளாகியாகப் போக வேண்டியதில்லை. நான் என்ன கொண்டு வரவேண்டும் என எனக்கு உத்தரவிடுங்கள்" என்றான்.

இப்படிக் கேட்கப்பட்ட குரு வேதாவின் மனைவி, "மன்னன் பௌசியனிடம் சென்று, ராணியின் ஒரு ஜோடி கம்மலை பிச்சையாகக் கேட்டு, அதை இங்குக் கொண்டு வா. இன்றிலிருந்து நான்காவது நாள் புனிதமான நாளாகும். அன்று விருந்திற்கு வரும் அந்தணர்கள் முன்னிலையில் அந்தக் குண்டலங்களுடன் காட்சியளிக்க விரும்புகிறேன். இதையும் கவனத்தில் கொள் உதங்கா, நீ இதில் வெற்றிக் கொண்டால் நற்பேறு உன்னைத் தேடி வரும். தோல்வியுற்றால் என்ன நன்மை கிடைக்கும் என்று நீ எதிர்பார்ப்பாய்?" என்றாள்.

இப்படி உத்தரவிடப்பட்ட உதங்கன், அங்கிருந்து கிளம்பினான். அப்படியே வீதியோரமாக நடந்து செல்கையில் இயல்புக்குமிக்கப் பெரிய தோற்றத்தில் ஒரு காளையும், அதன்மீது அசாதாரண உடலமைப்பு பெற்ற மனிதன் அமர்ந்திருப்பதையும் பார்த்தான். அந்த மனிதன்

உதங்கனைப் பார்த்து "இந்தக் காளையின் சாணத்தை உண்பாயாக" என்றான். உதங்கன் உடன்பட விரும்பவில்லை.

அந்த மனிதன் மறுபடியும், "உதங்கா, ஆராயாமல் உண்பாயாக. உனது ஆசான் வேதாவும் இதற்கு முன் இதைச் உண்டிருக்கிறார்" என்றான். உதங்கன் சம்மதித்துச் சாணத்தைச் சாப்பிட்டு, அந்தக் காளையின் சிறுநீரைக் குடித்து, கைகளையும் வாயையும் தூய்மைப்படுத்திக் கொண்டு மரியாதையாக எழுந்து மன்னன் பௌசியன் இருக்குமிடம் சென்றான்.

அரண்மனையை வந்தடைந்ததும், மன்னன் பௌசியன் அமர்ந்திருப்பதைக் கண்டான். மன்னன் பௌசியனை அணுகிய உதங்கன், தனது வணக்கத்தையும் வாழ்த்துக்களையும் தெரிவித்ததோடு, "நான் உன்னிடம் ஒரு கோரிக்கை வைக்கவே வந்தேன்" என்றான். மன்னனும் பதில் வணக்கங்களைத் தெரிவித்துக் கொண்டு, "ஐயா, நான் உங்களுக்கு என்ன செய்ய வேண்டும்?" என்று கேட்டான். உதங்கன் "உனது இராணியின் ஒரு ஜோடிக் கம்மல்களை, என் குருவின் மனைவிக்குப் பரிசாகக் கொடுப்பதற்கு, அதைப் பிச்சையாகக் கேட்டு வந்தேன்" என்றான்.

பௌசியனும்! உதங்கனும்!!

மன்னன் பௌசியன், "உள்ளே பெண்கள் இருக்கும் அறைகளுக்குச் சென்று இராணியைக் கண்டு அவளிடம் வாங்கிக் கொள்ளும்" என்றான். பெண்களின் அறைகளுக்குச் சென்ற உதங்கனால் இராணியைக் கண்டுபிடிக்க முடியவில்லை. திரும்பவும் மன்னனிடம் வந்து "இதுவல்ல நீ என்னை நடத்த வேண்டிய முறை. நீ என்னை இப்படி ஏமாற்றக்கூடாது. ராணி அந்த அறைகளில் இல்லை. என்னால் அவளைக் காண முடியவில்லை" என்றான்.

இதைக் கேட்ட மன்னன் சற்று நேரம் யோசித்தான். பின்பு "ஐயா, சற்றுக் கவனத்துடன் நினைவுப்படுத்திப் பாரும், நீர் அசுத்தங்களில் ஏற்பட்ட ஏதாவது தொடர்பால் மாசடையவில்லை என்பது உறுதிதானா? எனது ராணி கற்புக்கரசியாவாள். மாசுள்ளவர்கள் அவளைக் காண இயலாது. அவளும் தன்னை மாசுள்ளவர்கள் மத்தியில் வெளிப்படுத்த மாட்டாள்" என்றான்.

இப்படிச் சொல்லப்பட்ட உதங்கன், சிறிது நேரம் யோசித்துவிட்டு, "ஆம், அப்படித்தான் இருக்க வேண்டும். அவசரத்தில், உணவருந்திவிட்டு நின்றபடியே சுத்திகரிப்புச் சடங்கைச் செய்தேன்" என்றான்.

மன்னன் பௌசியன் "இதுதான் வரம்பை மீறிய குற்றம். நின்றபடி சடங்கைச் செய்தல் சுத்திகரிப்பு ஆகாது. அதுவும்

பயணம் மேற்கொள்ளும்போது அப்படிச் செய்தல் கூடாது" என்றான்.

இதை ஏற்றுக் கொண்ட உதங்கன், கிழக்கு நோக்கி உட்கார்ந்து, தனது முகம், கை, கால்களைச் சுத்தமாகக் கழுவினான். பிறகு சத்தமிடாமல் மூன்று முறை எச்சில்படாத வெதுவெதுப்பில்லாத நீர், தனது குடலை அடையும் வரை உறிஞ்சினான். தனது முகத்தை இரு முறை துடைத்தான். பிறகு நீரை வைத்துத் தனது உறுப்புகளைத் தொட்டான் (காது, மூக்கு...). இவையெல்லாவற்றையும் செய்து, மறுபடியும் பெண்களின் அறைகளுக்குள் நுழைந்தான்.

இம்முறை ராணியைக் கண்டான். ராணியும் உதங்கனைத் தெரிந்து கொண்டு, "வாருங்கள் ஐயா, நான் என்ன செய்ய வேண்டும்" என்று கேட்டாள்.

உதங்கன், "அந்தக் குண்டலங்களை உன்னிடம் பிச்சையாகக் கேட்கிறேன். அவற்றை எனது குரு வேதாவுக்குக் காணிக்கையாகக் கொடுக்க வேண்டும்" என்றான்.

ராணி மிகுந்த விருப்பத்துடன் உதங்கரின் நன்னடத்தைக்குப் பரிசு கொடுக்க எண்ணி, தனது குண்டலங்களைக் கழற்றிக் கொடுத்தாள். கொடுத்து விட்டு, "இந்தக் குண்டலங்களைப் பாம்புகளின் அரசனான தக்ஷகன் விரும்புகிறான். அதனால் இந்தக் கம்மல்களைப் பத்திரமாக எடுத்துச் செல்ல வேண்டும்" என்றாள்.

இப்படிச் சொல்லப்பட்ட உதங்கன், 'பெண்ணே, பயங்கொள்ளாதே, பாம்புகளுக்குத் தலைவன் தக்ஷகனால் என்னைப் பிடித்துவிட முடியாது" என்று சொல்லிவிட்டு ராணியிடம் விடைபெற்றுக் கொண்டு பௌசியன் முன்பு வந்து "பௌசியா, மனம் நிறைந்தேன்" என்றான்.

பௌசியன் உதங்கனிடம், "கொடையாகக் கொடுக்கப்படும் சரியான பொருள் நீண்ட இடைவெளிக்குப் பிறகே

கிடைக்கும். நீர் தகுதியுள்ள விருந்தினர், அதனால் உம்மை வழிபட விரும்புகிறேன். சற்றுப் பொறுத்திரும்” என்றான்.

உதங்கன், “சரி, நான் பொறுத்திருக்கிறேன். தயாராக வைத்திருக்கும் தூய பொருட்களை விரைவாக வரவைக்குமாறு வேண்டுகிறேன்” என்றான். மன்னன் பௌசியனும் அதை ஏற்றுக் கொண்டான்; உதங்கனும் மகிழ்வுடன் இருந்தான்.

தனக்கு முன்பாக வைக்கப்பட்ட உணவு குளிர்ந்ததாகவும், சுத்தமற்றதாகவும் இருந்து, அதில் தலைமுடியும் இருந்ததால் கோபத்துடன் உதங்கன், “நீ எனக்குச் தூய்மையற்ற உணவைக் கொடுத்ததால், பார்வையை இழப்பாயாக” என்று சபித்தான். பதிலுக்குப் பௌசியனும், “சுத்தமாக இருக்கும் உணவைச் சுத்தமற்றது என்று சொன்னதால் நீ பிள்ளைப்பேறில்லாமல் போவாயாக’ என்று சபித்தான்.

உதங்கன், “இது முறையல்ல, எனக்குத் தூய்மையற்ற உணவைப் பரிமாறி, பதில் சாபம் வேறு தருகிறாயா? கண்ணால் சாட்சி கண்டு உன்னில் நீ மனநிறைவு கொள்வாயாக” என்றான்.

உணவு சுத்தமற்றதாகத்தான் இருக்கிறது என்பதைப் பௌசியன், நேரடியாகவே கண்டு கொண்டான். அந்த உணவு குளிர்ந்ததாகவும், தலைமுடியுடனும், யாரோ பின்னலிடாதப் பெண்ணால் தயாரிக்கப்பட்டிருக்கிறது என்பதை உணர்ந்து முனியை அமைதிப் படுத்த முயன்றான்

ஐயா, உம் முன்னால் வைத்த உணவு குளிர்ந்ததாகவும், முடியுடனும் இருக்கிறது. சரியான அக்கறையுடன் இந்த உணவு தயாரிக்கப்படவில்லை. ஆகவே என்னை மன்னித்துக் கொள்ளும். நான் குருடாகாமல் காப்பாற்றும்” என்றான். உதங்கன், “நான் என்ன சொல்கிறேனோ அது நடந்தே தீரும். இருந்தாலும், நீ குருடானாலும் மிக விரைவில் பார்வையை அடைவாய். உனது சாபத்தையும் நீ திரும்பப் பெற்றுக் கொள்வாயாக” என்றான்.

பௌசியன் சொன்னான், "எனது சாபத்தைத் திரும்பப்பெற என்னால் இயலாது. ஏனென்றால் எனது கோபம் இன்னமும் தணியவில்லை. ஆனால் உமக்கு இது தெரியாது. அந்தணனின் வார்த்தைகள் என்னதான் கூரிய கத்தியைப் போன்று இருந்தாலும், அவனது இதயம் புதிதாகக் கடைந்த வெண்ணையைப் போன்று மிருதுவானது. இஃது அப்படியே கூஷத்திரியர்களிடம் பார்த்தால், அவனது வார்த்தைகள் மெதுவான வெண்ணையைப் போன்றும், அவனது இதயம் கூரியக் கத்தியைப் போன்றும் இருக்கும். அப்படியிருப்பதால், நான் கொடுத்த சாபத்தை என்னால் திரும்பப் பெற இயலவில்லை. அதனால் நீர் வந்த வழியே போம்" என்றான்.

நீ சுத்தமற்ற உணவினைத்தான் கொடுத்தாய் என்பதை நான் காண்பித்தேன். நீ என்னைச் சாந்தப்படுத்தினாய், அஃது ஒருபக்கம் இருக்கட்டும். சுத்தமான உணவைச் சுத்தமற்றது என்று நான் சொன்னதாகக் கருதியே எனக்குப் பிள்ளைப் பேறற்றுப் போகட்டும் என்று சபித்தாய். ஆனால், உணவு சுத்தமற்றதாகவே இருந்தது. ஆகையால் உனது சாபம் என்னை ஒன்றும் செய்யாது. இதில் நான் உறுதியாக இருக்கிறேன்" என்று சொல்லிவிட்டு உதங்கன் அந்த இடத்தை விட்டு நகர்ந்தான்.

தக்ஷகன்

உதங்கன் சாலை வழி நடந்து செல்கையில், அவனை நோக்கி ஓர் அம்மணப் பிச்சைக்காரன் வருவது போல், தோன்றுவதும் மறைவதுமாக இருந்தான்.

குண்டலங்களைத் தரையில் வைத்துவிட்டு, நீரை நோக்கி உதங்கன் சென்றான். அந்நேரத்தில் அந்தப் பிச்சைக்காரன் வெகுவிரைவாக அந்த இடத்திற்கு வந்து, குண்டலங்களை எடுத்துக் கொண்டு ஓடிவிட்டான்.

உதங்கன் தன்னைத் தூய்மைப்படுத்திக் கொள்ளும் சடங்குகளை முடித்துத் தன்னைச் சுத்தப்படுத்திக் கொண்டு, கடவுள்களையும், ஆன்மிகக் குருக்களையும் வணங்கி வெகுவிரைவாகத் திருடனைப் பின்தொடர்ந்தான். மிகவும் சிரமப்பட்டு அந்தத் திருடனை முந்தி வந்து, குண்டலங்களை அவனிடம் இருந்து வலுக்கட்டாயமாகப் பிடுங்க முயற்சித்தான்.

உடனே அந்தப் பிச்சைக்காரன் தனது மாற்றுருவத்தைத் துறந்து, உண்மையான உருவான தட்சகன் உருவுடன் தரையில் இருந்த ஒரு பொந்துக்குள் நுழைந்தான். அந்தப் பொந்துக்குள் நுழைந்து தனது சொந்த இடமான பாம்புகளின் உலகிற்குச் சென்று சேர்ந்தான்.

உதங்கன், மன்னன் பௌசியனின் ராணி சொன்னதை இப்போது நினைத்துப் பார்த்தான். உடனே பாம்பைப்

பின்தொடர அந்தப் பொந்தைத் தனது குச்சியை வைத்துப் பெரிதாக்கிப் பார்த்தான், ஆனால் பெரிய முன்னேற்றத்தை உதங்கனால் காண முடியவில்லை.

உதங்கனுக்கு உதவ இந்திரன் தனது இடியை (வஜ்ரம்) அனுப்பினான். அந்த இடி, அந்தக் குச்சிக்குள் நுழைந்து, அந்தப் பொந்தைப் பெரிதாக்கியது. உதங்கன் அந்த இடியையப் பின்தொடர்ந்து பொந்துக்குள் சென்றான். உள்ளே சென்று பார்த்ததும், பாம்புகளின் உலகம் ஒரு முடிவே இல்லாதிருப்பதைக் கண்டான்.

நூற்றுக்கணக்கான அரண்மனைகளும், பெரிய கோபுரங்களுடன் பெரிய வாயிற்கதவுகளுடன் கூடிய மாளிகைகளும், விளையாட்டுக்கும் கேளிக்கைக்கும் உகந்த பல்வேறு அற்புதமான இடங்கள், எனப் பலவும் அங்கே இருந்தன.

பாம்புகளைத் துதித்த உதங்கன்

உதங்கன் கீழ்க்கண்ட வார்த்தைகளைச் சொல்லிப் பாம்புகளைப் பெருமைப்படுத்தி மனம் நிறைய வைக்க முயற்சித்தான்.

மன்னன் ஐராவதனின் ஆளுகைக்குட்பட்டப் பாம்புகளாகிய நீங்கள், போரில் வல்லவர்கள். காற்றினால் உந்தப்பட்ட மேகங்கள் வேகமாகச் சென்று, இடியுடன் கூடிய மழையைப் பொழிவது போல் போர்க்கருவிகளைப் பொழிபவர்கள்.

பல விதமான கம்மல்களை அணிந்து அழகாக இருப்பவர்கள். ஐராவதனின் மக்கள் நீங்கள். நீங்கள் கதிரவனைப் போல் ஒளி வீசுபவர்கள். கங்கையின் வடக்குக் கரையில், உங்களில் பலர் இருப்பிடங்களை வைத்திருப்பவர்கள்.

அங்கேதான் நான் பாம்புகளாகிய உங்களை அடிக்கடி வழிபடுவேன். கதிரவனின் கொதிக்கும் கதிர்வீச்சில் ஐராவதனைத் தவிர வேறு யாரால் உலவ முடியும்? ஐராவதனின் சகோதரன் திருதராஷ்டிரன் செல்லும்போது, அவனுக்குப் பணிசெய்யப் பின்தொடர்ந்து செல்பவர்கள் மட்டுமே இருபத்தெட்டாயிரத்து எட்டு பாம்புகள் இருப்பரே. அவனுடன் உலவினாலும், அவனைவிட்டுத் தொலைவிலேயே இருப்பவர்கள் நீங்கள். ஐராவதனைத் தனது அண்ணனாக நினைக்கும் எல்லாப் பாம்புகளையும் நான் வணங்குகிறேன்.

முன்பு குருக்ஷேத்திரத்தையும், காண்டவ வனத்தையும் தனது வசிப்பிடமாக வைத்திருந்த தட்சகனே, கம்மல்களை அடைய உன்னையும் வணங்குகிறேன். தட்சகா, அஸ்வசேனா நீங்களே இக்ஷ⁻மதி ஆற்றங்கரையில் உள்ள குருக்ஷேத்திரத்தில் தங்கியிருக்கும் துணைவர்கள். மஹத்யும்னா என்ற புனிதமான இடத்தில் வசிக்கும் தட்சகனின் தம்பியும் பாம்புகளின் தலைவனுமான சிறப்பு மிக்கச் சுருதசேனா, உன்னையும் வணங்குகிறேன்" என்று வணங்கினான் உதங்கன்.

இந்திரனைத் துதித்த உதங்கன்

அந்தண முனிவனான உதங்கன் முக்கியமான பாம்புகளையெல்லாம் இப்படி வணங்கியும் குண்டலங்கள் தனக்குக் கிடைக்காததை எண்ணிப் பார்த்துக் கொண்டிருந்த போது, இரு பெண்கள் கருப்பும், வெள்ளையுமாக இருந்த நூலைக் கொண்டு ஒரு துணியை நெய்வது போலக் கண்டான்.

அதே போலப் பனிரெண்டு ஆரங்களைக் கொண்ட சக்கரத்தை ஆறு மனிதர்கள் சுற்றுவது போலவும் கண்டான். ஓர் அழகான குதிரையுடன் ஒரு மனிதனையும் அதே போலக் கண்டான். அவர்களையெல்லாம் இந்த மந்திரங்களைக் கொண்டு விசாரித்தான்.

இந்தச் சக்கரமானது தனது சுற்றளவில் இருபத்து நாலாகப் பிரிக்கப்பட்டு முன்னூறு ஆரங்களுடன் ஆறு மனிதர்களால் (காலங்களால்) சுற்றப்பட்டு, எப்போதும் செயலில் வைக்கப்பட்டு, சந்திரனின் மாற்றங்களைப் பிரதிபலிக்கின்றன.

அண்டத்தின் பிரதிபலிப்பான இந்த மங்கையர், தொடர்ந்து கருப்பு வெள்ளை நூல்களால் துணியைத் தடையில்லாமல் தொடர்ந்து நெய்து பல பயனுள்ள பொருட்களைக்கொண்ட உலகங்களுக்கும், அதில் வசித்துவரும் உயிர்களுக்கும் வாழும் வகையைச் செய்கின்றனர்.

இடியைப் பயன்படுத்துபவனே, அண்டத்தைக் காப்பவனே, விருத்திரனையும் நமுசியையும் கொன்றவனே, கருப்பு உடையணிந்து உண்மையையும், பொய்ம்மையையும் இந்த அண்டத்தில் காட்டுபவனே, சமுத்திரத்தின் ஆழங்களில் இருந்து கண்டெடுத்த அக்னியின் மாற்றுருவான குதிரையை உனது வாகனமாய்க் கொண்டவனே, தேவர்களின் தலைவனே, மூவுலகங்களின் தலைவனே, புரந்தரா! உன்னை வணங்குகிறேன்" என்றான் உதங்கன்.

குதிரையுடன் இருந்த மனிதன் உதங்கனிடம், "உனது துதியால் என் மனம் நிறைந்தேன். நான் உனக்கு என்ன நல்லது செய்யட்டும்?" என்றான்.

உதங்கன், "பாம்புகளை எனது ஆளுகைக்குள் கொண்டு வா" என்றான். அந்த மனிதன், "இந்தக் குதிரைக்குள் ஊது" என்றான். உதங்கன் அந்தக் குதிரைக்குள் ஊதினான். அப்படி ஊதப்பட்ட குதிரையின் உடலில் அங்கங்களிலெல்லாம் நெருப்புடன் கூடிய புகை தோன்றி அந்தப் பாம்புகளின் உலகத்தையே பொசுக்கியது.

தட்சகன் எல்லையில்லா ஆச்சரியமடைந்தது மட்டுமல்லாமல், அந்த நெருப்பின் வெப்பத்தைத் தாங்க முடியாமல், தனது இருப்பிடத்தை விட்டு உதங்கனிடம் வந்து "ஐயா, உம்மை வேண்டுகிறேன். உமது குண்டலங்களை எடுத்துக் கொள்ளும்" என்றான். உதங்கனும் அதை எடுத்துக் கொண்டான்.

குருவை அடைந்து விளக்கம் பெற்ற சீடன்

காதணிகளைத் திரும்பவும் அடைந்த உதங்கன், "ஓ, இன்றுதானே என் குரு வேதாவின் மனைவி சொன்ன புனிதமான நாள். நான் வெகுதொலைவிலல்லவா இருக்கிறேன். எப்படி எனது மரியாதையை அவளுக்குச் செலுத்துவது" என்று நினைத்தான். உதங்கன் இப்படி நினைத்துக் கொண்டிருக்கையில் குதிரையுடன் இருந்த மனிதன், "இந்தக் குதிரையில் செல் உதங்கா, இஃது உனது குரு வேதாவின் வசிப்பிடத்திற்கு உன்னை நொடியில் அழைத்துச் செல்லும்" என்றான்.

உதங்கனும் அதற்குச் சம்மதித்து, அந்தக் குதிரையின் மீதேறி தன் குருவின் இல்லத்திற்குச் சென்றான்.

அவனது குரு வேதாவின் மனைவி, காலையிலேயே குளித்து முடித்துத் தனது கூந்தலை அலங்கரித்து, உதங்கன் வரவில்லையென்றால் அவனைச் சபிக்க வேண்டும் எனக் காத்திருந்தாள். அதே வேளையில், உதங்கன் தன் குருவின் இருப்பிடத்திற்குள் நுழைந்து, தனது குருவின் மனைவிக்குத் தனது மரியாதையைத் தெரிவித்தான். "உதங்கா, நீ சரியான சமயத்தில், சரியான இடத்திற்கு வந்தாய், உன்னை வரவேற்கிறேன். மகனே, நீ ஓர் அப்பாவி, உன்னைச் சபிக்க மாட்டேன். உன் முன்னிலையிலேயே உன் நற்காலம்

இருக்கிறது. உனது விருப்பங்கள் அனைத்தும் வெற்றியால் முடிசூடப்படட்டும்" என்றாள் குருவின் மனைவி.

உதங்கன் குருவுக்காகக் காத்திருந்தான். அவனது குரு வேதா, "உன்னை வரவேற்கிறேன். உன்னை நீண்ட நாளாகக் காணமுடியவில்லையே என்ன காரணம்?" என்றார்.

உதங்கன், "ஐயா, என்னுடைய அலுவலை நான் பார்க்கும்போது பாம்புகளின் அரசன் தட்சகனால் தடை வந்தது. அதனால் நான் பாம்புகளின் வசிப்பிடம் சென்றேன்.

அங்கே நான் இரு பெண்கள் கருப்பும் வெள்ளையுமான நூல்களால் ஒரு துணியை நெய்துகொண்டிருப்பதைக் கண்டேன். அதற்கு என்ன பொருள் என்று உங்களிடம் வேண்டிக் கேட்கிறேன்?

அதே போல, பனிரெண்டு ஆரங்களுடன் கூடிய ஒரு சக்கரத்தை ஆறு மனிதர்கள் சுற்றிக் கொண்டிருந்தனர். அஃது எதைக் குறிக்கிறது?

நான் கண்ட அந்த மனிதன் யார்?

நான் பின்தொடர்ந்து வந்த அந்த இயல்புக்குமீறிய குதிரையானது என்ன?

அதேபோல் சாலைவழியில் காளையின் மீதமர்ந்திருந்த ஒரு மனிதனைக் கண்டேன். அவன் "உதங்கா, இந்தக் காளையின் சாணத்தைச் சாப்பிடு, முன்பு உன் குருவும் இதைச் சாப்பிட்டு இருக்கிறார்" என்றான்.

நான் அந்தச் சாணத்தைச் சாப்பிட்டேன். அவன் யார்? உங்களால் கல்விபெற்ற நான், இதை உங்களிடமிருந்து அறிய விரும்புகிறேன்" என்றான்.

உதங்கனின் குரு வேதா, "அந்த இரு மங்கையரும் ததாவும், விதாவும் ஆவர், கருப்பும் வெள்ளையுமான நூல்கள், இரவையும் பகலையும் குறிக்கின்றன.

ஆறு மனிதர்களால் சுற்றப்படும் பனிரெண்டு ஆரங்களுடன் கூடிய சக்கரம், ஆறு காலங்களைக் கொண்ட வருடத்தைக் குறிக்கிறது.

குதிரையுடன் கூடிய அந்த மனிதன் பரஜன்னான இந்திரன் ஆவான். அவனே மழைக்கான தேவனுமாவான்.

அந்தக் குதிரை அக்னி தேவன் ஆவான். சாலைவழியில் கண்ட அந்தக் காளை யானைகளுக்கு அரசனான ஐராவதமாகும்.

அதன் மீதிருந்த மனிதன் இந்திரனாவான். உன்னால் சாப்பிடப்பட்ட காளையின் சாணம் அமிர்தமாகும். அதனால்தான் நீ பாம்புகளின் வசிப்பிடத்திலிருந்து உயிருடன் திரும்பினாய்.

இந்திரன் எனது நண்பன். உன் மீதிருந்த கருணையால் உனக்கு உதவி செய்திருக்கிறான். அதனால் தான் கம்மல்களுடன் நீ இங்குப் பாதுகாப்பாக வந்தாய். மனதுக்கினியவனே, நான் உன்னை விடுவிக்கிறேன். நீ நற்பேறு பெறுவாய்" என்றார் குரு வேதா.

ஜனமேஜயனிடம் சென்ற உதங்கன்!

தனது குருவிடம் இருந்து விடுபட்ட உதங்கன், தட்சகன் மீதிருந்த அதிகமான கோபத்தால் உந்தப்பட்டு ஹஸ்தினாபுரம் சென்றான்.

அந்த அருமையான அந்தணன் உதங்கன் விரைவாக ஹஸ்தினாபுரம் சென்றடைந்தான். சிறிது காலத்திற்கு முன் தக்ஷசீலத்திற்குப் படையெடுத்துச் சென்று வெற்றியுடன் திரும்பிய ஜனமேஜயனைக் காண காத்திருந்தான்.

வெற்றியடைந்த ஏகாதிபதி ஜனமேஜயன் அமைச்சர்களால் சூழப்பட்டிருப்பதை உதங்கன் கண்டான். தனது வாழ்த்துகளையும் ஆசீர்வாதத்தையும் சரியான முறையில் ஜனமேஜயனுகுச் சொன்னான்.

அந்த ஏகாதிபதியிடம் சரியான நேரத்தில், இனிமையாகப் பேசிய உதங்கன், "ஏகாதிபதிகளில் சிறந்த ஜனமேஜயா! உனது கவனத்துக்கு அவசரமாக வரவேண்டிய செய்திகளிருக்கும் போது, இப்படிச் சிறுபிள்ளையைப் போல் பொழுதைப் போக்குகிறாயே, எப்படி?" என்றான்.

இப்படிக் கேட்கப்பட்ட ஏகாதிபதி ஜனமேஜயன், அந்த அருமையான அந்தணன் உதங்கனை வணங்கி, "என் குடிமக்களின் நலனை மனத்தில் வைத்தே, நான் எனது கடமைகளைச் செய்து கொண்டிருக்கிறேன். நான் செய்ய

வேண்டிய கடமை குறித்து என்ன செய்தி கொண்டு வந்திருக்கிறீர்?" என்று கேட்டான்.

அந்தணர்களில் முதன்மையானவனும், நற்செயல்களால் அடையாளங்காணப்படுபவனுமான உதங்கன் பெரிய இதயம் கொண்ட அந்த ஏகாதிபதியிடம், "மன்னா! உனது கவனத்திற்கு வர வேண்டிய அந்தக் கடமை உன்னுடையயதுதான். அதனால் தயைகூர்ந்து அதைச் செய்வாயாக.

மன்னர்களுக்கு மன்னா! உன் தந்தை பரீக்ஷித் தட்சகனால் கொல்லப்பட்டான், உன் தந்தையின் மரணத்திற்காக அந்தப் பாம்பை நீ பழிவாங்க வேண்டும். விதிவசத்தால் நீ பழிக்கு பழி வாங்கும் நேரமும் வந்துவிட்டது. காரணமில்லாமல் உனது தந்தை அந்தப் பாம்பால் கடிக்கப்பட்டு, இடி விழுந்த மரமாக ஐம்பூதங்களாகக் குறைக்கப்பட்டான்.

அந்தத் தீய தட்சகன், பாம்பு இனத்திலேயே இழிவானவன். அதிகாரத்தால் போதையுண்டு, தேவனைப் போன்றவுனும் புனிதமான முனிவர்களைக் காக்கும் மன்னனுமான உனது தந்தையைத் தேவையில்லாமல் தீண்டினான்.

செயல்களால் தீயவனான அந்தத் தட்சகன், உனது தந்தையைக் காப்பாற்ற வந்த மருத்துவர்களின் தலைவன் கசியபரையும் காப்பாற்ற விடாமல் திரும்பப் போக வைத்தான். அந்தத் தீய பாதகனைத் தீயில் விழ வைக்கப் பாம்பு வேள்வி ஒன்றை நீ செய்ய வேண்டும்.

மன்னா! அதற்கான உத்தரவைக் கொடுப்பாயாக. இப்படித்தான் நீ உனது தந்தையின் மரணத்திற்குப் பழி வாங்க முடியும். இதனால், நீ எனக்கும் பெரிய உதவியைச் செய்தவனாவாய். ஒரு சந்தர்ப்பத்தில் அந்தக் கொடிய பாதகன் தட்சகன், எனது குருவுக்கான அலுவலை நான் செய்யும்போது, அதற்குத் தடையேற்படுத்தியிருக்கிறான்" என்றான் உதங்கன்.

"இந்த வார்த்தைகளைக் கேட்ட அந்த ஏகாதிபதி, தட்சகன் மீது மிகுந்த கோபம் கொண்டான். உதங்கனின் பேச்சு வேள்வித் தீயில் நெய்யூற்றியது போல் அந்த மன்னன் ஜனமேஜயனின் கோபத்தை அதிகரித்தது.

உதங்கனின் முன்னிலையில், துயரால் உந்தப்பட்டு, தனது அமைச்சர்களை அழைத்துத் தன தந்தை பரீக்ஷித்தின் மோட்சப் பயணத்தைக் குறித்து விசாரித்தான். தனது தந்தை மரணித்ததின் சூழல்களை உதங்கனின் உதடுகளால் கேட்டபோது, துன்பத்தின் வலியால் ஜனமேஜன் துயருற்றான்.

பரீக்ஷித் வரலாறு!

ஜனமேஜயன், "உங்கள் எல்லோருக்கும் எனது தந்தைக்கு என்ன நடந்தது என்பது தெரியும். அந்தப் புகழ்வாய்ந்த மன்னர், அந்த நேரத்தில் எப்படித் தனது மரணத்தைச் சந்தித்தார்? எனது தந்தையின் வாழ்க்கையில் நடந்த சம்பவங்களை விவரமாக உங்களிடம் நான் கேட்டறிந்தால், உலக நன்மைக்காக ஏதாவது செய்ய வேண்டுமென்றால் நான் அதற்கு உத்தரவிடுவேன். இல்லையென்றால் நான் எதுவும் செய்யமாட்டேன்" எனக் கேட்டான்.

அதற்கு அமைச்சர்கள், "ஏகாதிபதியே! உனது சிறப்புமிக்கத் தந்தை வாழ்க்கை பற்றிய விவரத்தையும், எப்படி அந்த மன்னாதி மன்னன் இந்த உலகத்தை விட்டு அகன்றான் என்பதையும் நீ கேட்டதற்கிணங்க சொல்கிறோம் கேட்பாயாக. உனது தந்தை அறம் சார்ந்த உயர் ஆன்மாவாக, தனது மக்களை எப்போதும் காத்து வந்தான். இந்த உலகத்தில் அந்த உயர் ஆன்மா எப்படி நடந்து கொண்டான் என்பதைக் கேட்பாயாக. அந்த ஏகாதிபதி, அறமும் நீதியும் உருவெடுத்தாற் போல் இருந்து, அறம் உணர்ந்து, நான்கு வர்ணங்களையும், அவரவர் கடமைகளுக்கேற்ப அறத்தின்படிக் காத்து வந்தான். ஒப்பற்ற வீரத்துடன், நற்பேறும் அருளப்பட்ட அவன், பூமாதேவியைக் காத்து வந்தான். பரீக்ஷித்தை வெறுத்தவர் யாருமில்லை, பரீக்ஷித்தும் யாரையும் வெறுத்ததில்லை. பிரஜாபதியைப் போல அனைத்து உயிர்களையும்

சமமாகப் பாவித்தான். ஏகாதிபதியே! தங்கள் கடமையை மனநிறைவுடன் செய்து வந்த பிராமணர்கள், க்ஷத்திரியர்கள், வைசியர்கள், சூத்திரர்கள் என, எல்லோரையும் பாரபட்சமின்றிக் காத்துவந்தான்.

அந்தமன்னன் பரீக்ஷித், விதவைகளையும், அனாதைகளையும், ஊனமுள்ளவரையும், ஏழைகளையும் தாங்கிக் காத்து வந்தான். அனைத்துயிர்களுக்கும், தனது அழகால் இரண்டாவது சந்திரனைப் போலத் தோன்றினான். நற்பேறு அருளப்பட்டு, தனது குடிகளை மனத்தில் வைத்து, அவர்களை மனநிறைவு கொள்ளச் செய்து, உண்மை பேசி, அளவிலா வீரம்பொருந்தி, சரத்வானின்[48] சீடனாக இருந்து, ஆயுத அறிவியல் பயின்றான். ஜனமேஜயா, உனது தந்தை பரீக்ஷித், கிருஷ்ணனுக்கு அன்பானவனாக இருந்தான். பெரும் புகழை அடைந்து, அனைத்து மனிதர்களாலும் அன்பு பாராட்டப்பட்டான். குரு பரம்பரையே கிட்டதட்ட அழிந்திருந்த காலத்தில் உத்தரையின் கருவறையில் பரீக்ஷித் பிறந்தான். எனவே, அந்தப் பலம்பொருந்திய அபிமன்யுவின் மகன் பரீக்ஷித் என்று அழைக்கப்பட்டான். மன்னர்களுக்கான கடமைகளான ராஜதர்மங்களைப் பற்றிய சாத்திரங்களை விளக்குவதில் அவன் நிபுணனாக இருந்தான். எல்லா அறங்களையும் அவன் கொடையாகப் பெற்றிருந்தான். தனது உணர்ச்சிகளைக் கட்டுக்குள் வைத்து, புத்தி கூர்மையுடன், பெருத்த ஞாபகச் சக்தியுடன், எல்லா அறங்களையும் கடைப்பிடித்தான். தனது மனத்தின் சக்தியால் ஆறு உணர்ச்சிகளையும் வென்றான். அவன் அனைவரிலும் மேம்பட்டு இருந்தான். அரசியலும் ஒழுக்கமும் அறிந்த உனது தந்தை, தனது குடிகளை அறுபது வருடங்கள் ஆண்டான். அப்படிப்பட்ட அவன், பிறகு தனது குடிகளைப் புலம்பி அழச் செய்யும் வகையில் இறந்து

---

48 சரத்வானின் மகன் கிருபர் ஆவார். அவர் குரு வம்சத்து குலகுரு. அப்படி இருக்க சரத்வான் பரீக்ஷித்தின் குரு என்பது நெருடலாய் இருக்கிறது. மூல ஸ்லோகத்தை ஆராய்ந்ததில், சரத்வன் எனப்படும் கௌதமர் வழிவந்தவர் என்பதைக் குறிக்கும் சரத்வத் என்ற சொல்லே உபயோகப் படுத்தப்பட்டிருப்பதால் கிருபரே பரீக்ஷித்துக்கும் குருவாக இருந்தார் எனத் தெரிகிறது.

போனான். மனிதர்களில் முதன்மையானவனே! அவனுக்குப் பிறகு, குரு பரம்பரையின் ஆயிரம் வருடப் பாரம்பரியம் கொண்ட அரசை நீ அடைந்தாய். குழந்தைப் பருவத்திலேயே முடிசூட்டப்பட்டு, அதுமுதல் உயிரினங்களனைத்தையும் நீ காப்பாற்றி வருகிறாய்" என்றனர்.

ஜனமேஜயன், "குடிகளின் நன்மையைக் கருதாத அல்லது அவர்களின் அன்புக்குப் பாத்திரமாகாத எந்த ஒரு மன்னனும் எங்கள் குரு பரம்பரையில் தோன்றியதில்லை. குறிப்பாக என் முப்பாட்டன்களின் நடத்தை, பெரும் சாதனைகளைச் செய்வதாகவே இருந்ததைக் கண்டிருப்பீர்கள். பல அறங்கள் அருளப்பட்ட எனது தந்தை பரீக்ஷித் எப்படி மரணமடைந்தார்? நடந்தது அனைத்தையும் எனக்கு நடந்தபடியே விவரியுங்கள். உம்மிடமிருந்து அதைக் கேட்க நான் ஆவலுடன் இருக்கிறேன்" என்றான்.

இப்படி அந்த ஏகாதிபதி ஜனமேஜயனால் கேட்டுக்கொள்ளப்பட்டதும், எப்போதும் மன்னனின் நலனில் அக்கறையுள்ள அமைச்சர்கள், அவனிடம் எது எது எப்படி நடந்ததோ அப்படியே மொத்தமாகத் தெரிவித்தனர்.

சபை உறுப்பினர்கள், "மன்னா, உனது தந்தை பரீக்ஷித், முழு உலகத்தையும் பாதுகாத்தவன். சாத்திரங்கள் வழி ஒழுகும் மனிதர்களில் முதன்மையானவன். போர்க்களத்தில் வில்தாங்கியவர்களில் முதன்மையான பாண்டுவைப் போல, வேட்டையாடும் விளையாட்டிற்கு அடிமையாக அவன் இருந்தான். அவன் சிறு விஷயங்களிருந்து மிக முக்கியமான விஷயங்கள் வரை நாட்டு நடப்பில் எல்லா விஷயங்களையும் எங்களைக் கலந்தாலோசித்தான். பரீக்ஷித், ஒரு நாள், கானகத்திற்குள் சென்று, ஒரு மானைத் தனது கணையால் துளைத்தான். தனது அம்புறாத்தூணியையும், வாளையும், வில்லையும் சுமந்து கொண்டு, அந்த மானைத் துரத்திக் கொண்டு ஓடினான். தொலைந்த மானை அவனால் கண்டுபிடிக்க முடியவில்லை. அவனுக்கு அறுபது வயது ஆகியிருந்தால், முதுமையினால் தளர்வுற்று, விரைவிலேயே

மிகவும் சோர்ந்து போய்ப் பசியெடுத்து களைத்து இருந்தான். அங்கே அந்த ஆழ்ந்த கானகத்திற்குள் ஓர் உயர் ஆன்ம முனிவரைக் கண்டான்.

அந்த முனிவர் சமீகர், மௌன விரதம் மேற்கொண்டிருந்தார். மன்னன் அவரிடம் மானைப் பற்றிக் கேட்டான். ஆனாலும் அவர் பதிலளிக்கவில்லை. ஏற்கனவே களைப்பாலும், சோர்வாலும் ஆட்கொள்ளப்பட்டிருந்த அந்த மன்னன், முடிவில், அசைவற்று மரக்கட்டை போல் மௌன விரதம் இருந்த முனிவர் சமீகரைக் கண்டு கோபம் கொண்டான். முனிவர் சமீகர் மௌன விரதம் இருப்பது மன்னனுக்குத் தெரியாது. எனவே, கோபத்தால் உந்தப்பட்ட உனது தந்தை பரீக்ஷித் தனது வில்லின் நுனியால் ஓர் உயிரற்ற பாம்பை எடுத்து களங்கமற்ற ஆன்மாவான அந்த முனிவரின் தோளில் போட்டான். ஆனாலும் அந்த முனிவர் சமீகர் நன்மை தரும் சொல்லோ, தீமை தரும் சொல்லோ ஒன்றும் கூறாமல், கோபமற்று இருந்தார்."

ஜனமேஜயன் கோபம்!

அமைச்சர்கள் சொன்னார்கள், "அந்த முனிவர் சமீகருக்கு, பசுவிடம் பிறந்த ஒரு பிள்ளை இருந்தான். அவன் பெயர் சிருங்கி. அவன் தனது பெரும் ஆற்றல், சக்தி மற்றும் பெரும் கோபத்துக்காகப் பெரிதும் அறியப்பட்டு இருந்தான். தனது குருவிடம் சென்று, அவரை வழிபட்டு வரும் வழக்கம் அவனிடம் இருந்தது. அந்தக் குருவின் உத்தரவின் பேரில் சிருங்கி தனது வீட்டுக்குத் திரும்பி வருகையில், தனது நண்பனின் மூலம், உன் தந்தையினால் அவன் தந்தைக்கு நேர்ந்த அவமானத்தைக் கேட்டறிந்தான். மன்னர்களில் புலியே! தன் தந்தை எக்குற்றமும் செய்யாதிருப்பினும், உயிரற்ற பாம்பைச் சுமந்து ஒரு சிலையைப் போல அசைவற்றவராக அமர்ந்திருக்கிறார் என்பதைக் கேள்விப்பட்டான். சமீகரின் மகனான சிருங்கி பெரும் கோபம் கொண்டு உனது தந்தையான பரீக்ஷித்தைச் சபித்தான்.

வயதில் இளையவனாகஇருந்தாலும், அந்தச் சக்திவாய்ந்தவன் தவ மகிமையில் முதிர்ந்தவனாக இருந்தான். அவன் கோபம் கொண்டுவேகமாகநீரைத்தொட்டு, தவசக்தியினால் ஒளிர்ந்து கொண்டு உன் தந்தையை குறித்து இந்த வார்த்தைகளை உதிர்த்தான். அவன், "எனது தவத்தின் சக்தியைப் பார்! எனது இந்த வார்த்தைகளால் தூண்டப்பட்டுப் பலமான சக்தியும், கொடிய விஷமும் கொண்ட தக்ஷகன், எந்தத் தவறும் செய்யாத என் தந்தை மீது பாம்பைக் கிடத்திய தீயவனை,

இன்னும் ஏழு இரவுகளுக்குள் தன் விஷத்தால் எரிப்பான்" என்று சபித்துவிட்டு, தனது தந்தையான முனிவர் சமீகர் எங்கிருந்தாரோ அங்குச் சென்றான்.

அவனது தந்தையைச் சந்தித்து, தனது சாபத்தைப் பற்றிச் சொன்னான். அந்த முனிவர்களில் புலி, இனிமையான குணமும், அனைத்து அறங்களும் கொண்டவனும், இனிமையானவனுமான தனது சீடன் கௌர்முகனை உனது தந்தையிடம் அனுப்பி விவரங்களைக் கூறினார். ஜனமேஜயா, அந்தப் பயங்கரமான வார்த்தைகளைக் கேட்ட உனது தந்தை பரீக்ஷித் பலம்வாய்ந்த தக்ஷகனுக்கு எதிராக அனைத்துப் பாதுகாப்பு நடவடிக்கைகளையும் மேற்கொண்டான்.

ஏழாவது நாள் வந்த போது, கசியபர் என்ற பிராமண முனிவர், ஏகாதிபதி பரீக்ஷித்தைச் சந்திக்க விருப்பம் கொண்டார். ஆனால் அந்தப் பாம்பு தக்ஷகன், கசியபரைச் சந்தித்தான். அந்தப் பாம்புகளின் இளவரசன் தக்ஷகன் கசியபரிடம் நேரத்தைக் கடத்தாமல் தன்னைவெளிப்படுத்தி தன் விஷத்தால் ஒரு ஆலமரத்தை எரித்தான். கசியபரோ தன் மந்திரங்களால் அந்த ஆலமரத்தை மீண்டும் உயிர்ப்பித்தார். கசியபரின் சக்தியைக் கண்ட தக்ஷகன், அவர் உன் தந்தையிடம் செல்வதால் அவருக்குக் கிடைக்கப் போகும் பயனைக் கேட்டு, அவருக்குச் செல்வத்தை அளித்து வந்த வழியே அவரை அனுப்பிவிட்டான்.

கசியபர் திரும்பிச் சென்றதும், தக்ஷகன் மாற்றுருவம் கொண்டு, தனது மாளிகையில் மிகுந்த எச்சரிக்கையுடன் தங்கியிருந்த, மன்னர்களில் முதன்மையானவனும், அறவழி நடப்பவனுமான உனது தந்தை பரீக்ஷித்தின் மேல் தனது விஷ நெருப்பைச் செலுத்தினான். மனிதர்களில் புலியே, அதன்பிறகு நீ ஆட்சிக்கட்டிலில் அமர்த்தப்பட்டாய். ஏகாதிபதிகளில் சிறந்தவனே! கொடூரமானதாக இருந்தாலும், நாங்கள் கண்டதையும், கேட்டதையும் முழுவிவரத்தையும் உரைத்துவிட்டோம்" என்றனர்.

எதிரிகளை அடக்கும் மன்னன் ஜனமேஜயன், தனது அமைச்சர்கள் அனைவரிடம், "ஆலமரம், தக்ஷகனால் சாம்பலானதையும், அது பிறகு அற்புதமான முறையில் கசியபரால் உயிர்ப்பிக்கப்பட்டதையும் எப்போது நீங்கள் அறிந்தீர்கள்? எனது தந்தை தக்ஷகன் தீண்டி இறந்திருந்தாலும், கசியபரின் மந்திரங்களால் அவரை நிச்சயம் பிழைக்க வைத்திருக்க முடியும். அந்தப் பாம்புகளில் இழிந்த தக்ஷகன், தன்னால் கடிபட்ட மன்னன், கசியபரால் மீண்டும் உயிர்ப்பிக்கப்பட்டிருந்தால் தன் விஷம் செயலிழக்க வைக்கப்பட்டதைக் குறித்து உலகம் தன்னைக் கேலி செய்து எள்ளி நகையாடும் என்று தன் மனதில் எண்ணியிருக்கிறான். நிச்சயமாக அந்த எண்ணம் இருந்ததால்தான், அவன் கசியபரை சமாதானப் படுத்தியிருக்கிறான். தக்ஷகனைத் தண்டிக்க நான் ஒரு வழியைத் திட்டமிட்டிருக்கிறேன். அந்தக் கானகத்தில் தனிமையில் தக்ஷகனும் கசியபரும் என்ன பேசிக் கொண்டார்கள் என்பதை நீங்கள் பார்த்தபடியே அல்லது கேட்டபடியே எனக்குச் சொல்வீராக. அதை அறிந்த பிறகு, பாம்பினத்தையே ஒழிக்க ஒரு திட்டம் செய்கிறேன்" என்றான்.

அமைச்சர்கள், "ஏகாதிபதியே, அந்த பிராமணர்களில் முதன்மையான கசியபரும், பாம்புகளின் இளவரசனான தக்ஷகனும் கானகத்தில் சந்தித்துக் கொண்டதைப் பற்றி முன்பு எங்களுக்குக் கூறியவனைப் பற்றிக் கேட்பாயாக. ஏகாதிபதியே, அந்த ஆலமரத்தின் காய்ந்த கிளைகளை உடைத்து, அவற்றை வேள்விக்கான விறகாக்கும் எண்ணத்துடன் ஒரு மனிதன் அம்மரத்தின் மேல் ஏறியிருந்தான். அவன் பாம்பான தக்ஷகனாலோ, பிராமணரான கசியபராலோ கவனிக்கப்படவில்லை. மன்னா, அந்த மனிதனும் அந்த மரத்தோடு சாம்பலானான். மன்னர்மன்னா, அந்த மரம் கசியபரின் சக்தியால் உயிர்மீட்கப்பட்ட போது, உடன் சேர்ந்து இவனும் மீண்டான். ஒரு பிராமணரின் வேலைக்காரனான அவன்,

எங்களிடம் வந்து, தக்ஷகனுக்கும், கசியபருக்கும் இடையில் நடந்த உரையாடலை முழுமையாகச் சொன்னான். மன்னா! நாங்கள் பார்த்தவாறும், கேட்டவாறும் அனைத்தையும் இப்போது சொல்லிவிட்டோம். மன்னர்களில் புலியே! இதைக் கேட்ட நீ, என்ன நடக்க வேண்டுமோ உத்தரவிடுவாயாக" என்றனர்.

மன்னன் ஜனமேஜயன், தனது அமைச்சர்களின் வார்த்தைகளைக் கேட்டதும் மிகுந்த துயர் கொண்டு அழத் தொடங்கினான். அந்த ஏகாதிபதி தனது கைகளைப் பிசைந்தான். அந்தத் தாமரைக் கண்கொண்ட மன்னன் ஜனமேஜயன் பெரும் சூடான நெடும் பெருமூச்சுகளை விட்டபடியே, கண்களில் நீர்ச் சிந்தி, உரக்கக் கதறினான். மிகுந்த துக்கம் கொண்டு, சாரை சாரையாகக் கண்ணீர் சிந்தி, நீரைத் தொட்ட அந்த ஏகாதிபதி ஜனமேஜயன், மனத்தில் ஏதோ திட்டம் போடுபவனைப் போலச் சிறிது நேரம் சிந்தித்து விட்டு தனது அமைச்சர்களிடம் இந்த வார்த்தைகளைக் கூறினான்.

அவன், "எனது தந்தையின் விண்ணேகுதலை உங்கள் மூலம் அறிந்தேன். என் உறுதியான முடிவை இப்போது தெரிந்து கொள்வீராக. எனது தந்தையைக் கொன்ற தீயவனான தக்ஷகனைப் பழிவாங்கக் காலம் தாழ்த்தக்கூடாது என்று நான் எண்ணுகிறேன். எனது தந்தையை எரித்த அவன், சிருங்கியை வெறும் இரண்டாவது காரணமாகவே ஆக்கினான். ஆழ்ந்த வெறுப்பாலேயே அவன் கசியபரைத் திரும்பிப் போகச் செய்தான். அந்த பிராமணர் கசியபர் வந்திருந்தால் எனது தந்தை நிச்சயம் பிழைத்திருப்பார். கசியபரின் கருணையாலும், அமைச்சர்களின் முன்னெச்சரிக்கை ஏற்பாடுகளாலும் எனது தந்தை பிழைத்திருந்தால் அவன் எதை இழந்திருப்பான்? எனது கோபத்தின் விளைவுகளைப் பற்றிய அறியாமையால், எனது தந்தையை உயிர்ப்பிக்கும் ஆவலுடன் வந்த, அந்த பிராமணர்களில் சிறந்த கசியபரை நேரடியாகத் தோற்கடிக்க முடியாமல் செல்வத்தால் தோற்கடித்து அவரைத் தடுத்து

நிறுத்தினான். மன்னனை உயிர்ப்பிக்கக் கூடாது என்று அந்த பிராமணருக்குச் செல்வத்தைக் கொடுத்த அந்தப் பாவியான தக்ஷகனின் பகைமை மிகப்பெரியதாகும். என்னையும், உதங்க முனிவரையும், உங்கள் எல்லோரையும் மனநிறைவு கொள்ளச் செய்ய, எனது தந்தையின் எதிரியை நானே இப்போது பழி வாங்கப் போகிறேன்" என்றான்.

சூதனின் தீர்க்க தரிசனம்!

மன்னன் ஜனமேஜயன் இப்படிச் சொல்லவும், அமைச்சர்களும் அதை உறுதி செய்தனர். அந்த ஏகாதிபதி ஜனமேஜயன், பாம்பு வேள்வியை நடத்தப்போவதாகத் தனது முடிவைச் சொன்னான். பிறகு பூமியின் தலைவனும், பாரதக் குலத்தின் புலியும், பரீக்ஷித்தின் மைந்தனுமான அந்த ஜனமேஜயன் தனது புரோகிதரையும் ரித்விக்குகளையும், அழைத்தான்.

பேச்சில் வல்லவனான அவன், தன்னுடைய பெரும்பணியை நிறைவேற்றுவது குறித்து இந்தச் சொற்களைச் சொன்னான். "எனது தந்தையைக் கொன்ற அந்தப் பாவி தக்ஷகனை நான் பழிதீர்க்க வேண்டும். நான் என்ன செய்ய வேண்டும் என்று எனக்குச் சொல்வீராக. அந்தப் பாம்பு தக்ஷகனும், அவனது உறவினர்களும் சேர்ந்து எரியும் நெருப்பில் விழ நான் என்ன செய்ய வேண்டும் என்று உங்களுக்குத் தெரியுமா? முன்பு எனது தந்தையைத் தனது விஷமென்னும் நெருப்பால் எரித்த தக்ஷகனை நானும் எரிக்கவே விரும்புகிறேன்" என்றான் ஜனமேஜயன்.

அதற்கு அந்தப் புரோகிதர்களின் தலைவர், "மன்னா! உனக்காகவே தேவர்கள் ஒரு பெரிய வேள்வியை உருவாக்கியிருக்கிறார்கள். அது பாம்பு வேள்வி என்று அறியப்படுகிறது. இது புராணங்களிலும்

விவரிக்கப்பட்டுள்ளது. மன்னா, உன்னால் மட்டுமே இந்தக் காரியத்தை நிறைவேற்ற முடியும். வேறு எவராலும் முடியாது. புராணங்களை நன்கு அறிந்தவர்கள் இப்படி ஒரு வேள்வி இருப்பதாகச் சொல்லியிருக்கின்றனர்" என்றார்.

இப்படிப் பதில் சொல்லப்பட்ட மன்னன், வேள்வி நெய்யை உண்ணும் அக்னியின் ஒளிரும் வாயில் தக்ஷகன் எரிந்துவிட்டதாகவே எண்ணம் கொண்டான். அதன்பிறகு அந்த மன்னன் ஜனமேஜயன் மந்திரங்களில் தேர்ந்த பிராமணர்களிடம், "நான் வேள்விக்கான ஏற்பாடுகளைச் செய்கிறேன். தேவையான பொருட்கள் என்னென்ன வேண்டும் என்று சொல்வீராக" என்று கேட்டான். வேதங்களில் தேர்ந்தவர்களும், அந்த வேள்வியின் சடங்குகளை அறிந்தவர்களுமான அரசனின் ரித்விக்குகள், வேள்விமேடை அமைப்பதற்காகச் சாத்திரங்களில் சொன்னபடி நிலத்தை அளந்தனர்.

மேடை விலையுயர்ந்தபொருட்களாலும், பிராமணர்களாலும் அலங்கரிக்கப்பட்டிருந்தது. அந்த மேடை கிடைத்தற்கரிய பொருட்களாலும் தானியங்களாலும் நிறைந்திருந்தது. ரித்விக்குகள் அதில் வசதியாக அமர்ந்தனர். அந்த மேடை, விதிகளின்படி விரும்பியவாறு கட்டி முடிக்கப்பட்டதும், குறித்த நோக்கம் நிறைவேற மன்னன் ஜனமேஜயனை நாக வேள்வியில் அமர்த்தினர். வேள்வி ஆரம்பிப்பதற்கு முன்னர், அந்த வேள்வி பின்னர் தடைபடும் என்பதை முன்னறிவிக்கும் வகையில் ஒரு முக்கியமான சம்பவம் நடந்தது.

வேள்விக்கான மேடையைக் கட்டும்போது, கட்டுமானக் கலையில் நிபுணரும், சூத சாதியைச்[49] சேர்ந்தவரும்,

---

49 கங்குலி, கும்பகோணம், மன்மதநாததத்தர் ஆகிய பதிப்புகளில் சூதசாதியைச் சேர்ந்தவன் என்றே சொல்லப்பட்டுள்ளது. பிபேக்திப்ராயின் பதிப்பில் மட்டும் சூதனான அம்மனிதன் என்று சொல்லப்பட்டுள்ளது. சாதி என்ற சொல் மூலத்தில் இல்லை. மூல ஸ்லோகம். இதி அப்ராவித் சூத்ரதாரா சூத பௌராணிகா ததா. புராணங்களைச் சொல்லும் சூதர் என்கிறது. அதாவது அந்த ஸ்தபதியும் புராணங்களைச் சொல்ல வல்லவர்.

புராணங்களில் தெளிந்த அறிவுடையவரும் அடித்தளங்கள் அமைப்பதை நன்கறிந்தவரும், வாஸ்து, மனையடி சாத்திரம் ஆகியவற்றில் வல்லவருமான ஸ்தபதி ஒருவர்[50], "இந்த மேடை அமைந்த மண்ணின் தன்மையும், வேள்வி மேடைக்காக அளவுகள் எடுத்த நேரமும், ஒரு பிராமணனால் இந்த வேள்வி முழுமையடையாமல் போகப் போகிறது என்பதை உணர்த்துகிறது" என்றார். இதைக்கேட்ட மன்னன் ஜனமேஜயன், மேடையில் அமரும் முன்பு, வாயில் காப்போரிடம் தனது கவனத்துக்கு வராமல் யாரையும் உள்ளே அனுமதிக்கக்கூடாது என்று கட்டளையிட்டான்.

---

50 ஆதிபர்வம் 56ம் பகுதி 6ம் ஸ்லோகத்தில் சொல்லப்படும் லோகிதாக்ஷர் என்ற பெயரைக் கொண்ட சூதர் இவராகவே இருக்கக்கூடும்.

தக்ஷகளைப் பாதுகாத்த இந்திரன்!

பாம்பு வேள்வி அதன் விதிகளின்படி தொடங்கியது. சாத்திர விதிகள்படி தங்கள் கடமைகளில் தேர்ந்தவர்களான வேள்விப் புரோகிதர்கள், கருப்பு ஆடை அணிந்து, புகையினால் கண்கள் சிவந்து, சுடர்விட்டெரியும் நெருப்பில் தெளிந்த நெய்யை விட்டு சரியான மந்திரங்களை உச்சரித்தனர். அக்னியின் வாயில் தெளிந்த நெய்யை விட்டு, பாம்புகளின் பெயர்களைச் சொல்லி, அந்தப் பாம்புகளைப் பயத்தால் நடுங்க வைத்தனர். அதன்பிறகு, பாம்புகள் தங்கள் சக்திகளை இழந்து, பரிதாபமாக ஒன்றை ஒன்று அழைத்துக்கொண்டு, அந்த எரியும் நெருப்பில் விழ ஆரம்பித்தன. அவை உடல் உப்பி, மூச்சு விடச் சிரமப்பட்டு, ஒன்றை ஒன்று தம் தலைகளாலும், வால்களாலும் பின்னிக் கொண்டு பெரும் எண்ணிக்கையில் வந்து நெருப்பில் விழுந்தன.

வெண்மையானவையும், கருப்பானவையும், நீலமானவையும், முதுமையானவையும், இளமையானவையுமாகப் பல பாம்புகள் பலவாறாகக் கதறிக் கொண்டு அந்த எரியும் நெருப்பில் ஒரே மாதிரி விழுந்தன. ஒரு சில ஒரு குரோச நீளமும், ஒரு சில ஒரு யோஜனை நீளமும், ஒரு சில ஒரு கோகர்ண நீளமும் கொண்டு முதன்மையான அந்தத் தீயிலே தொடச்சியாக வந்து விழுந்தன. அந்தவேள்வியில், நூற்றுக்கணக்கிலும், ஆயிரக்கணக்கிலும்,

பத்தாயிரக்கணக்கிலும் பாம்புகள், தங்கள் உறுப்புகளின் கட்டுப்பாட்டையிழந்து அழிந்தன.

அப்படி அழிந்தனவற்றில் சில குதிரைகளைப் போலவும், சில யானையின் துதிக்கையைப் போலவும், மற்றும் சில பெரும் உடலைக்கொண்ட, மதம் பிடித்த யானை போன்று, பல வண்ணங்களில் கொடுமையான விஷத்துடனும், பயங்கரமான தோற்றத்துடனும், இரும்பு முள் கொண்ட கதாயுதம் போலவும், பெரும் பலத்துடன், எப்போதும் கடிப்பதில் குறியாக இருந்த அந்தப் பாம்புகள், தங்கள் தாயான கத்ருவின் சாபத்தால் நெருப்பில் வந்து விழுந்தன.

அந்த ஏகாதிபதி ஜனமேஜயனின் ரித்விக்குகளாகவும், சதஸ்யர்களாகவும் இருந்த அந்த விவேகிகளின் பெயர்களை நான் உமக்குச் சொல்கிறேன். சண்டபார்கவர் என்ற பிராமணர் ஹோத்ரியாக அந்த வேள்வியில் இருந்தார். வேதங்களை அறிந்தவர்களில் முதன்மையான அவர், சியவனரின் பரம்பரையில் வந்த புகழ் வாய்ந்தவராவார். கல்விமானும், முதிர்ந்தவரும் பிராமணரான கௌத்சர், வேத சுலோகங்களை உச்சரிக்கும் உத்கத்ரியாக இருந்தார். ஜைமினி பிராமணராகவும், சாரங்கரவர் மற்றும் பிங்களர் அத்வர்யுக்களாகவும், வியாசர் தமது மகன் சுகர் மற்றும் சீடர்களுடனும், உத்தாலகர், பிரமதகர், சுவேதகேது, பிங்களர், ஆத்ரேயர், குண்டர், ஜடரர், காலகடர் என்னும் பிராமணர், வத்ஸ்யர், எப்போதும் ஜபத்திலும், வேதகல்வியிலும் ஈடுபடும் முதிர்ந்த சுருதசிரவஸ், கோஹலர், தேவசர்மர், மௌத்கல்யர், சமசௌரபர் ஆகியோருடன், வேதங்களை முழுவதும் அறிந்த மற்றும் பல பிராமணர்கள் அந்தப் பரீக்ஷித் மைந்தன் ஜனமேஜயனின் வேள்வியில் சதஸ்யர்களாக இருந்தனர்[51].

---

51 மூலத்தில் இவ்விடத்தில், "வியாச புத்திரர் மற்றும் அவர் சீடன், உத்தாலகர், பிரமதகர், சுவேதகேது ஆகிய ஐவரும் சதஸ்யர்களாக இருந்தனர். அசிது, தேவலர், நாரதர் ஆகிய சிறந்த தேவரிஷிகளுடன் ஆத்ரேயர், குண்டர், ஜடரர், காலகடர் என்னும் பிராமணர், வத்ஸ்யர், எப்போதும் ஜபத்திலும், வேதகல்வியிலும் ஈடுபடும் முதிர்ந்த சுருதசிரவஸ், கோஹலர், தேவசர்மர், மௌத்கல்யர், சமசௌரபர் உள்ளிட்ட பல சன்னியாசிகளும், பிராமணர்களும் இந்த நாக வேள்வியின் சதஸ்யங்களை அறிந்த மற்றும் பலரும் பரீக்ஷித் மைந்தன் ஜனமேஜயனின் வேள்வியில் சதஸ்ய கர்மத்தில் ஆங்காங்கே உதவினர்.

அந்தப் பாம்பு வேள்வியில், ரித்விக்குகள் தெளிந்த நெய்யை நெருப்பில் விட ஆரம்பித்ததும், எல்லா உயிரினங்களிடத்திலும் பயத்தை உண்டாக்கும் பயங்கரமான பாம்புகள் அந்த நெருப்பில் வந்து விழத் தொடங்கின. அப்படி விழுந்த அந்தப் பாம்புகளின் கொழுப்பும், மஜ்ஜையும்[52] உருகி ஆறுகளாக ஓடின. பாம்புகள் தொடர்ந்து வந்து எரிந்ததால், அந்தச் சுற்றுவட்டாரம் முழுவதும் தாங்கமுடியாத கடும் நாற்றமெடுத்தது. அப்படி நெருப்பில் விழுந்த மற்றும் விழுவதற்கு முன் ஆகாயத்தில் இருந்த அந்தப் பாம்புகளின் கதறல்களும் தொடர்ந்த வண்ணம் இருந்தன.

அதே நேரத்தில், ஜனமேஜயன் பாம்புகளின் யாகத்தை நடத்துகிறான், என்று அறிந்ததுமே, அந்தப் பாம்புகளின் இளவரசன் தக்ஷகன் புரந்தரனின் அரண்மனைக்குக் சென்றான். அந்தப் பாம்புகளில் சிறந்த பாம்பான தக்ஷகன், நடந்தவைகள் அனைத்தையும் கூறி, தனது தவறுகளை ஏற்றுக் கொண்டு பீதியினால் இந்திரனின் பாதுகாப்பை நாடினான். அதைக் கேட்டு நிறைவடைந்த இந்திரன், "பாம்புகளின் இளவரசனே, தக்ஷகா, பாம்பு வேள்வியால் இந்த இடத்தில் உனக்கு எந்தப் பயமுமில்லை. உனக்காக என்னால் பெருந்தகப்பன் பிரம்மன் சமாதானம் செய்யப்பட்டார். ஆகையால் உனக்கு எந்தப் பயமும் வேண்டாம். உனது இதயத்தில் இருக்கும் அச்சமானது தணியட்டும்" என்றான்.

இப்படி இந்திரனால் ஆறுதல் கூறப்பட்டவனான அந்தப் பாம்புகளில் சிறந்த தஷகன் இந்திரனின் இருப்பிடத்திலேயே தங்கி மகிழ்ச்சியுடன் இருந்தான். ஆனால், வாசுகி, இப்படிப் பாம்புகள் தொடர்ந்து நெருப்பில் விழுவதைக் கண்டும், தனது இனம் ஒரு சிலராகக் குறைக்கப்பட்டதைக் கண்டும் மிகவும் வருந்தினான். பெரும் துயரம் கொண்ட பாம்புகள் மன்னன் வாசுகியின் இதயம் உடையும் நிலையில் இருந்தது. அவன் தனது தங்கை ஜரத்காருவை வரவழைத்து,

---

"இனிமையான ஜரத்காருவே! எனது உறுப்புகள் எரிகின்றன. திசைப் புள்ளிகள் எனக்குத் தெரியவில்லை. நான் எனது சுயநினைவை இழந்து கீழே விழப்போகிறேன். எனது மனம் குழம்பி நிலையற்று இருக்கிறது, பார்வை மங்குகிறது, எனது இதயம் உடைகிறது. உணர்விழந்து, இன்று அந்த எரியும் நெருப்பில் விழுந்துவிடப் போகிறேன். பரீக்ஷித் மைந்தன் ஜனமேஜயனின் இந்த வேள்வி நமது இனத்தை அழிக்க உருவானதாகும். மரணதேவனின் வசிப்பிடத்திற்கு நானும் செல்ல வேண்டும் என்று தெளிவாகத் தெரிகிறது. என் தங்கையே! நம்மையும், நமது உறவினர்களையும் காப்பதற்கு உன்னை எதற்காக ஜரத்காருவுக்கு அளித்தேனோ, அதற்கான நேரம் வந்துவிட்டது. பாம்பினப் பெண்களில் சிறந்தவளே! நடை பெற்றுக் கொண்டிருக்கும் இந்த வேள்வியை ஆஸ்தீகன் தடுத்து நிறுத்துவான், என்று பழங்காலத்தில் பெருந்தகப்பன் என்னிடம் சொல்லியிருக்கிறார். எனவே, குழந்தாய்! எனது பாதுகாப்புக்காகவும், என்னை நம்பியிருப்பவர்களின் பாதுகாப்புக்காகவும், வேதங்களில் முழுமை கண்டவனும், வயதில் முதிர்ந்தவர்களாலும் மதிக்கப்படுபவனான உனது மைந்தன் ஆஸ்தீகனை வேண்டிக் கேட்டுக் கொள்வாயாக" என்றான்.

ஆஸ்தீகர் உறுதி!

அதன்பிறகு, அந்த நாகமங்கை ஜரத்காரு, தனது மகன் ஆஸ்தீகனை அழைத்து, பாம்புகளின் மன்னன் வாசுகி சொன்னபடி பேசினாள். அவள் அவனிடம், "மகனே! எதற்காக நான் எனது தமையன் வாசுகியால் உனது தந்தைக்கு அளிக்கப்பட்டேனோ, அந்தக் குறிக்கோளை அடைய இப்போது நேரம் வந்து விட்டது. எனவே, எது செய்யப்பட வேண்டுமோ அதைச் செய்வாயாக" என்றாள்.

ஆஸ்தீகர், "தாயே! மாமா ஏன் உன்னை எனது தந்தைக்கு மணமுடித்துக் கொடுத்தார்? உண்மை முழுமையும் சொல்வாயானால், அதைக் கேட்டதும் நான் தகுந்ததைச் செய்ய ஏதுவாக இருக்கும்" என்றார்.

தனது உறவினர்களின் நன்மையில் விருப்பம் கொண்டவளும், துயரத்தால் கலங்காதவளுமான, வாசுகியின் தங்கை ஜரத்காரு, "மகனே! பாம்புகள் அனைவருக்கும் தாய் கத்ரு என்று அறியப்படுகிறாள். கோபத்தால் தனது மைந்தர்களை அவள் ஏன் சபித்தாள் என்பதை அறிந்து கொள்வாயாக."

கத்ரு பாம்புகளிடம், "வினதையைப் பந்தயத்தில் வீழ்த்தி எனது அடிமையாக்கிக் கொள்ள, அந்தக் குதிரைகளின் இளவரசன் உச்சைஸ்ரவஸின் பொய்யான தோற்றமுண்டாக்க நீங்கள் மறுத்ததால், வாயுவைச் சாரதியாகக் கொண்ட அக்னியானவன், ஜனமேஜயன் வேள்வியில் உங்களை

எரிக்கட்டும். அங்கே அழிந்து மீட்கப்படாத யமலோகத்தை பாம்புகளாகிய நீங்கள் அடைவீர்களாக" என்றாள்.

இதைக் கேட்ட அனைத்து உலகங்களின் பெருந்தகப்பனான பிரம்மன், அவளிடம், "அப்படியே ஆகட்டும்" என்று சொல்லி அவளது சாபத்தை அங்கீகரித்தான். உன் தாய்மாமனான பாம்புகளின் மன்னன் வாசுகி, அந்தச் சாபத்தையும், பெருந்தகப்பனான பிரம்மனின் வார்த்தைகளையும் கேட்டு, அமுதம் கடையப்பட்ட சந்தர்ப்பத்தில் தேவர்களின் பாதுகாப்பை நாடினார். குழந்தாய்! தேவர்கள் சிறந்த அமுதத்தை அடைந்து, தங்கள் காரியம் நிறைவேறியதும், வாசுகியை முன்னிட்டுக் கொண்டு பெருந்தகப்பனைச் சந்தித்தனர். அந்தச் சாபத்தை விலக்க பாம்புகளின் மன்னனான வாசுகியுடன் அனைத்துத் தேவர்களும், தாமரையில் பிறந்தவனான பிரம்மனிடம் மன்றாடினர்.

தேவர்கள், "தலைவா! பாம்புகளின் மன்னன் வாசுகி, தனது உறவினர்களை நினைத்து வருந்துகிறான். அவனது தாய் கத்ருவின் சாபத்தை விலக்குவது எவ்வாறு?" என்று கேட்டனர். பிரம்மன், "ஜரத்காரு என்ற முனிவன், ஜரத்காரு என்ற மங்கையை மனைவியாக வரிப்பான். அவளுக்குப் பிறக்கும் பிராமணன், அந்தப் பாம்புகளை விடுவிப்பான்" என்று கூறினான்.

"தேவர்களைப் போன்ற ஆஸ்தீகனே! அந்த வார்த்தைகளைக் கேட்டவரும், பாம்புகளில் சிறந்தவருமான வாசுகி, வேள்வி நடப்பதற்குச் சிறிது காலம் முன்னர், என்னை உனது உயர் ஆன்மத் தந்தையான முனிவர் ஜரத்காருவிற்கு மணமுடித்துக் கொடுத்தார். அந்தத் திருமணத்தால் நீ எனக்குப் பிறந்தாய். இப்போது அந்த நேரம் வந்துவிட்டது. எங்களை இந்த ஆபத்தில் இருந்து நீதான் காக்க வேண்டும். என்னை உனது தந்தைக்கு அளித்த காரணம் நிறைவேற எனது தலையன் வாசுகியையும், என்னையும் அந்த நெருப்பிலிருந்து காப்பாற்ற வேண்டும். நீ என்ன நினைக்கிறாய் மகனே?" என்று கேட்டாள்.

இவ்வாறு சொல்லப்பட்ட ஆஸ்தீகர், தனது தாயான ஜரத்காருவிடம், "ஆம், நான் நிறைவேற்றுவேன்" என்று சொல்லிவிட்டு, கலக்கமடைந்திருந்த வாசுகியிடம் அவனுக்கு உயிர் கொடுப்பது போல, "வாசுகியே! பாம்புகளில் சிறந்தவரே, உயர்ந்தவரே, அந்தச் சாபத்திலிருந்து உம்மை விடுவிப்பேன் என்று உமக்கு உண்மையாகச் சொல்வேன். கவலை கொள்ளாதீர். பாம்பானவரே! இனிமேல் எந்தப் பயமும் உமக்கு இல்லை. நன்மையைச் செய்ய நான் கடுமையாக முயற்சிப்பேன். கேலிக்காக நான் கூறிய வார்த்தைகள்கூட, பொய்த்தது என்று இதுவரை யாரும் சொன்னதில்லை. இதைப் போன்ற முக்கியமான நேரத்தில் நான் கூறுவதற்கு வேறொன்றுமில்லை. மாமனே! அருமையானவரே, இன்று அங்கு செல்லும் நான், வேள்வியில் அமர்ந்திருக்கும் ஏகாதிபதியான ஜனமேஜயனை, எனது வார்த்தைகளால் மன நிறைவு கொள்ளச் செய்து, அந்த வேள்வியை நிறுத்துவேன். உயர்ந்த மனம் கொண்டவரே! பாம்புகளின் மன்னரே! நான் சொல்லும் அனைத்தையும் நம்புவீராக. எனது தீர்மானம் நிறைவடையாமல் இருக்காது என்பதை நம்புவீராக" என்றார்.

வாசுகி, "ஆஸ்தீகா! எனக்கு மயக்கம் வருகிறது. எனது இதயம் உடைகிறது. நான் தாயின் சாபத்தால் பீடிக்கப்பட்டிருப்பதால், திசைகளின் புள்ளிகளை என்னால் காண முடியவில்லை" என்றான். ஆஸ்தீகர், "பாம்புகளில் சிறந்தவரே, நீர் இனி வருந்தவேண்டியதில்லை. அந்த நெருப்பின் மீதான உமது பயத்தை நான் போக்குகிறேன். யுகத்தின் முடிவில் எரியும் நெருப்பைப் போன்ற இந்தத் தண்டனையைப் போக்குகிறேன். உமது பயத்தை வளர்க்காதீர்" என்றார்.

பிறகு, பிராமணர்களில் சிறந்தவரான ஆஸ்தீகர், வாசுகியின் இதயத்தில் இருக்கும் அச்சத்தைப் போக்கி, தானே அஃதை எடுத்துக்கொண்டு, பாம்புகளின் மன்னன் வாசுகியின் நன்மைக்காக, எல்லாச் சிறப்புகளுடனும் கூடிய ஜனமேஜயனின் வேள்விக்கு விரைந்தார்.

அங்குச் சென்ற ஆஸ்தீகர் அருமையான வேள்வி சாலையையும், சூரியனுக்கோ, அக்னிக்கோ ஒப்பான ஒளிபொருந்திய எண்ணற்ற சதஸ்யர்களையும் அங்கே கண்டார். ஆனால் வாயில் காப்போரால் அவர் உள்ளே அனுமதிக்கப்படவில்லை. பெரும் துறவியான அந்த ஆஸ்தீகர், அவர்கள் ஏற்கும்படி அவர்களை வாழ்த்தி வேள்வி நடக்கும் இடத்திற்குள் நுழைந்தார். பிராமணர்களில் சிறந்தவரும், அறம் மிக்கோரில் முதன்மையானவருமான அந்த ஆஸ்தீகர், அந்த அருமையான வேள்விமண்டபத்திற்குள்ளே நுழைந்ததும், எண்ணற்ற சாதனைகள் புரிந்த மன்னன் ஜனமேஜயனையும், ரித்விக்குகளையும், சதஸ்யர்களையும், புனிதமான அக்னியையும் போற்றி வாழ்த்தினார்.

ஆஸ்தீகர் புகழ்ச்சி!

ஆஸ்தீகர் சொன்னார், "பழங்காலத்தில் பிரயாகையில் சோமனும் வருணனும், பிரஜாபதியும் வேள்விகளைச் செய்தனர். ஆனால் உனது வேள்வி, அவற்றில் எதிலும் குறைந்ததில்லை. பாரதக் குலத்தில் முதன்மையானவனே, பரீக்ஷித்தின் மைந்தனே! நம் அன்பிற்குரியவர்கள் அனைவரும் அருளப்பட்டிருக்கட்டும்! சக்ரன் நூறு வேள்விகளை நடத்தினார். ஆனால் உனது இந்த வேள்வி, அந்தச் சக்ரனின் பத்தாயிரம் வேள்விகளுக்குச் சமமானதாகும். பாரதக் குலத்தில் முதன்மையானவனே, பரீக்ஷித்தின் மைந்தனே, நம் அன்பிற்குரியவர்கள் அனைவரும்[53] அருளப்பட்டிருக்கட்டும்! யமன், ஹரிமேதன், மன்னன் ரந்திதேவன் ஆகியோரது வேள்வியைப் போலவே உனது வேள்வியும் இருக்கிறது. பாரதக் குலத்தில் முதன்மையானவனே, பரீக்ஷித்தின் மைந்தனே, நம் அன்பிற்குரியவர்கள் அனைவரும் அருளப்பட்டிருக்கட்டும்! மயன், மன்னன் சசபிந்து, மன்னன் வைஸ்ரவணக் குபேரன் ஆகியோரது வேள்வியைப் போலவே உனது இந்த வேள்வியும் இருக்கிறது. பாரதக் குலத்தில் முதன்மையானவனே, பரீக்ஷித்தின் மைந்தனே, நம் அன்பிற்குரியவர்கள் அனைவரும் அருளப்பட்டிருக்கட்டும்!

---

53 நம் அன்புக்குரியவர்கள் என்பது உன் அன்பிற்குரியவர்கள் மற்றும் என் அன்பிற்குரியவர்கள் என இரண்டாகப் பிரிந்து பொருள் தரும். நாசூக்காக இதை வேள்வியில் சொல்வதன் மூலம் புகழும்பொழுதே என் உறவினர்களுக்கு கருணை காட்டுவாயாக என வேண்டிக் கொள்கிறார் ஆஸ்தீகர். நமக்குச் சம்பந்தம் இல்லாதோர் நம் என்னும் வார்த்தையை உபயோகிக்கும் பொழுது நாம் சுதாரித்துக் கொள்ள வேண்டும்.

நிருகன், அஜமீடன், தசரத மைந்தனான ராமன் ஆகியோரது வேள்வியைப் போலவே உனது வேள்வியும் இருக்கிறது. பாரதக் குலத்தில் முதன்மையானவனே, பரீக்ஷித்தின் மைந்தனே, நம் அன்பிற்குரியவர்கள் அனைவரும் அருளப்பட்டிருக்கட்டும்!

அஜமீட குலத்தைச் சேர்ந்த தேவ மைந்தன், மன்னன் யுதிஷ்டிரன் நடத்தியதும், தேவலோகத்திலும் அறியப்படுவதுமான வேள்வியைப் போலவே உனது இந்த வேள்வியும் இருக்கிறது. பாரதக் குலத்தில் முதன்மையானவனே, பரீக்ஷித்தின் மைந்தனே, நம் அன்பிற்குரியவர்கள் அனைவரும் அருளப்பட்டிருக்கட்டும்! தானே தலைமைப் புரோகிதராக இருந்து, சத்தியவதியின் மைந்தரான கிருஷ்ண துவைபாயன வியாசர் நடத்திய வேள்வியைப் போலவே உனது வேள்வியும் இருக்கிறது. பாரதக் குலத்தில் முதன்மையானவனே, பரீக்ஷித்தின் மைந்தனே, நம் அன்பிற்குரியவர்கள் அனைவரும் அருளப்பட்டிருக்கட்டும்! இங்கே இந்த வேள்வியில் ஈடுபட்டுக் கொண்டிருப்போர் அனைவரும் விருத்திரனைக் கொன்ற இந்திரனைப் போலவும், பிரகாசத்தில் சூரியனுக்கு இணையாகவும் இருக்கிறார்கள். அவர்கள் அறிந்து கொள்ள இனி வேறு எதுவும் இல்லை. அவர்களுக்கு வழங்கப்படும் பரிசுகள் யாவும் அழிவற்றபுண்ணியத்தைப் பெறுகின்றன. உனது ரித்விக்கான கிருஷ்ண துவைபாயன வியாசருக்கு இணையான வேறு எந்த ரித்விக்கும் இந்த உலகத்தில் இல்லை என்பது எனது தீர்மானம். அவரது சீடர்கள் ரித்விக்குகளாகி, தங்கள் கடமைகளுக்குத் தகுந்தவர்களாக, உலகம் முழுவதும் பயணிக்கின்றனர்.

விபாவசு என்றும், சித்ரபானு என்றும் அழைக்கப்படுபவனும், தங்கத்தைத் தன் உயிர்வித்தாகக் கொண்டவனும், கரும்புகையால் அடையாளம் காட்டப்படும் பாதையைக் கொண்டவனும், வலப்புறமாக எரியும் சுடர்களைக் கொண்டவனுமான உயரான்மா, உனது இந்தத் தெளிந்த நெய்யை தேவர்களுக்கு எடுத்துச் செல்லுகிறான். இந்த

மனிதர்களின் உலகத்தில், உன்னைப் போல் குடிகளைக் காக்கும் மன்னன் இன்னொருவன் இல்லை. உனது விரதங்களால் நான் எப்போதும் பெருமை கொள்கிறேன். உண்மையில் நீயே வருணனும், நீதிதேவன் யமனும் ஆவாய்.

வஜ்ரத்தைக் கைகளில் தாங்கியிருக்கும் இந்திரனைப் போல இந்த உலகத்திலுள்ள அனைத்து உயிர்களையும் நீயே காக்கின்றாய். இவ்வுலகில் வேள்வி செய்வதில் உனக்கு இணையான பெருமை கொண்ட வேறு எந்த மனிதனோ, எந்த ஏகாதிபதியோ எவனும் இல்லை. நீ கட்வாங்கன், நாபாகன், திலீபன் ஆகியோரைப் போன்றவன். ஆற்றலில் நீ யயாதியைப் போலவும், மாந்தாதா போலவும் இருக்கிறாய். சூரியனைப் போன்ற பிரகாசமும், அற்புதமான சபதங்களும் ஏற்றிருக்கும் ஏகாதிபதியே, நீ பீஷ்மரை போல் இருக்கின்றாய். சிறந்த நோன்புகளில் நீ பீஷ்மரைப் போன்றவனாவாய். வால்மீகியைப் போல உனது சக்தியை மறைத்து வைத்திருக்கிறாய். வசிஷ்டரைப் போல உனது கோபத்தை அடக்கி வைத்திருக்கிறாய். இந்திரனின் தலைமையைப் போல உனது தலைமையும் இருக்கிறது. மனதைக் கவரும் உன் ஈர்ப்புத்தன்மை நாராயணனைப் போல இருக்கிறது. நீதி வழங்குவதில் யமனைப் போல இருகின்றாய். அனைத்து அறங்களும் கொண்ட கிருஷ்ணனைப் போல இருக்கிறாய். நீயே வசுக்களின் நற்பேறுகள் நிறைந்த வீடு. எல்லா வேள்விகளுக்கும் அடைக்கலம் கொடுப்பவன் நீயே. தாம்வோபவனின் பலத்திற்கு ஈடாக உனது பலம் இருக்கிறது. ராமனைப் போல, சாத்திரங்களிலும், ஆயுதப்பயிற்சியிலும் சிறந்திருக்கிறாய். அவுர்வா மற்றும் திரித்தனின் சக்திக்கு ஈடாக இருக்கிறது உனது சக்தி. உனது பார்வையால் பகீரதனைப் போல அச்சமூட்டுகிறாய்" என்று புகழ்ந்தார்.

ஆஸ்தீகர் இவ்வாறு அவர்கள் அனைவரையும், மன்னன் ஜனமேஜயனையும், சத்யஸ்யர்களையும், ரித்விக்குகளையும், வேள்வி நெருப்பையும் வாழ்த்தி மனநிறைவடையச் செய்தார். மன்னன் ஜனமேஜயன், சுற்றியிருக்கும் சூழ்நிலையின்

மாறுதல்களையும், வேள்வி செய்வோரின் குறிப்புகளையும் கவனித்துப் பேசினான்.

தக்ஷகனைக் கைவிட்டான் இந்திரன்!

ஜனமேஜயன், "இவர் சிறுவனைப் போல இருந்தாலும், விவேகமுள்ள முதிர்ந்தவர் போலப் பேசுகிறார். இவர் சிறுவனில்லை. விவேகி. முதிர்ந்தவர். இவருக்கு நான் வரமளிக்கலாம் என்று நினைக்கிறேன். பிராமணர்களே, அதற்கான அனுமதியை எனக்கு அளியுங்கள்" என்றான்.

அதற்குச் சதயஸ்யர்கள், "பிராமணன் ஒருவன் சிறுவனாக இருந்தாலும், மன்னனால் மதிக்கப்பட வேண்டியவன். கற்றோர் எப்போதும் அப்படியே செய்வர். இந்தச் சிறுவனின் விருப்பங்கள் உன்னால் நிச்சயம் நிறைவேற்றப்பட வேண்டும். ஆனால், வேகத்துடன் தக்ஷகன் வந்து விழுவதற்கு முன்னால் அல்ல" என்றனர்.

மன்னன் ஜனமேஜயன் அந்தப் பிராமணச் சிறுவனான ஆஸ்தீகரிடம், "ஒரு வரத்தைக் கேட்பீராக" என்றான். இதனால் அதிருப்தி அடைந்த ஹோத்ரி சண்டபார்கவர், "தக்ஷகன் இன்னும் இந்த வேள்விக்குள் வரவில்லை" என்றார்.

ஜனமேஜயன், "உங்கள் பலத்தில் சிறந்ததைச் செய்து, தக்ஷகனை விரைவாக வர வைத்து, இந்த வேள்வியை முடித்து வைப்பீராக. தக்ஷகன் என் எதிரியாவான்" என்றான்.

அதற்கு ரித்விக்குகள், "ஏகாதிபதியே! சாத்திரங்கள் அறிவிப்பதும், இந்த அக்னி தேவனான நெருப்பு சொல்வதும்,

தக்ஷகன் அச்சத்தால் பீடிக்கப்பட்டு இந்திரனின் இருப்பிடத்தில் இருக்கிறான் என்பதாகும்" என்றனர்.

புராணங்களில் தெளிந்த அறிவுடையவரும், லோஹிதாக்ஷன்[54] என்ற பெயரைக் கொண்ட சிறப்புமிக்க சூதர் ஒருவரும் முன்பே இதைச் சொல்லியிருக்கிறார். அந்த லோஹிதாக்ஷர், மன்னன் ஜனமேஜயனால் தற்போது கேட்கப்பட்டதும், அந்த ஏகாதிபதியிடம் மீண்டும், "ஐயா, பிராமணர்கள் கூறுவதையே புராணங்களை அறிந்த நானும் சொல்கிறேன். ஏகாதிபதியே! இந்திரன் 'என்னிடம் மறைவாக இருப்பாயாக. அக்னி உன்னை எரிக்கமாட்டான்' என்ற வரத்தைத் தக்ஷகனுக்கு அளித்திருக்கிறான்" என்றார்.

வேள்வியில் அமர்த்தப்பட்ட மன்னன் ஜனமேஜயன், இதைக் கேட்டு மிகவும் கவலை கொண்டு, ஹோத்ரியான சண்டபார்கவரைத் தனது கடமையைச் செய்யத் தூண்டினான். அந்த ஹோத்ரி, மந்திரங்களை உச்சரித்து, தெளிந்த நெய்யை நெருப்பில் விடும்போது இந்திரன் அங்கே தோன்றினான். அந்தச் சிறப்பு மிகுந்தவன், சுற்றிலும் நின்று தேவர்கள் போற்ற, மேகக் கூட்டங்களும், தேவலோக பாடகர்களும், தேவலோக நடன மாதர்களின் கூட்டங்களும் பினதொடர தன் தேரில் தெரிந்தான்.

தக்ஷகன் பயத்தினால் கலக்கமடைந்து இந்திரனின் மேலாடையினுள் ஒளிந்து கொண்டு கண்ணுக்குப் புலப்படாமல் இருந்தான். மன்னன் ஜனமேஜயனோ மிகுந்த கோபம் கொண்டு, தக்ஷகனை அழிக்கும் நோக்கத்தில் மந்திரங்கள் அறிந்த பிராமணர்களிடம், "அந்தப் பாம்பு தக்ஷகன், இந்திரனிடம் இருந்தால், இந்திரனோடு சேர்ந்தே வந்து இந்த நெருப்பில் அவனை விழச்செய்யுங்கள்" என்றான்.

இவ்வாறு தக்ஷகனைக் குறித்து ஜனமேஜயனால் தூண்டப்பட்ட ஹோத்ரி அங்கிருந்த தக்ஷகனின்

---

54 சிவந்த கண்களைக் கொண்டவர் என்று பொருள்

பெயரைச் சொல்லி நெய்யை ஊற்றினார். அப்படி ஆகுதி ஊற்றப்படும்போது, கலவரமடைந்த தக்ஷகன், இந்திரனுடன் சேர்ந்து வானத்தில் உடனே தெரிந்தான். இந்திரன், அந்த வேள்வியைப் பார்த்து எச்சரிக்கையடைந்து விரைவாகத் தக்ஷகனைக் கைவிட்டுத் தனது இருப்பிடம் திரும்பினான். இந்திரன் அப்படிச் சென்றதும், அந்தப் பாம்புகளின் இளவரசனான தக்ஷகன் அச்சத்தால் உணர்விழந்து, மந்திரங்களின் வலிமையால் வேள்வி நெருப்பின் அருகே வந்துவிட்டான்.

அப்போது ரித்விக்குகள், "மன்னர் மன்னா! ஜனமேஜயா! உனது வேள்வி சிறப்பாக நடக்கிறது. தலைவா! இனி நீ இந்த பிராமணர்களில் முதல்வனான ஆஸ்தீகனுக்கு வரத்தை அருளலாம்" என்றனர்.

ஜனமேஜயன், "அளவற்ற அழகுடன் குழந்தையைப் போல் இருப்பவரே, உமக்குத் தக்க வரமளிக்க விரும்புகிறேன். அதனால், உமது இதயத்தில் நீர் விரும்புவதைக் கேளும். கொடுக்க முடியாததையும் உமக்குக் கொடுக்கிறேன் என்று நான் உறுதியளிக்கிறேன்" என்றான்.

ரித்விக்குகள், "ஏகாதிபதியே! தக்ஷகன் விரைவாக உனது கட்டுப்பாட்டுக்கள் வருவதைப் பார். தக்ஷகனின் கொடூரமான கதறலும், சத்தமான உருமலும் கேட்கிறது பார். நிச்சயமாக வஜ்ரத்தைத் தாங்குபவனான இந்திரன் அந்தப் பாம்பைக் கைவிட்டுவிட்டான். உனது மந்திரங்களால் அவனது உடல் செயலிழந்துள்ளது, தக்ஷகன் மேலுலகில் இருந்து விழுந்து கொண்டிருக்கிறான். இப்போது, வானத்தில் உருண்டு, சுய உணர்வை இழந்து, சத்தமாக மூச்சுவிட்டுக் கொண்டு அந்தப் பாம்புகளின் இளவரசன் தக்ஷகன் வந்து கொண்டிருக்கிறான்" என்றனர்.

அவ்வாறு அந்தப் பாம்புகளின் இளவரசன் தக்ஷகன் அந்த வேள்வித்தீயில் விழுவதற்குச் சிறிது நேரத்திற்கு முன், அந்தக்

குறுகிய காலத்திற்குள் ஆஸ்தீகர், "ஜனமேஜயா! நீ எனக்கு ஒரு வரம் அருள்வதாக இருந்தால், இந்த உனது வேள்வி இத்தோடு முடிவுக்கு வரட்டும். மேலும் பாம்புகள் இந்தத் தீயில் விழ வேண்டாம்" என்றார்.

அந்தப் பரீக்ஷித்தின் மைந்தன் ஜனமேஜயன், ஆஸ்தீகரால் இப்படிக் கேட்கப்பட்டதால் மிகவும் வருந்தி அவரிடம், "சிறந்தவரே! தங்கம், வெள்ளி, பசுக்கள் என்று நீர் எதை விரும்பினாலும் நான் தருகிறேன். ஆனால் எனது வேள்வி நிற்காதிருக்கட்டும்" என்றான்.

ஆஸ்தீகர், "நான் தங்கம், வெள்ளி, பசுக்கள் என்று எதையும் உன்னிடம் கேட்கவில்லை. ஏகாதிபதியே! உனது இந்த வேள்வி இத்தோடு நிற்கட்டும். எனது தாய்வழி உறவினர்களான பாம்புகள் இதனால் விடுதலை அடையட்டும்" என்றார்.

அந்தப் பரீக்ஷித்தின் மைந்தன் ஜனமேஜயன், ஆஸ்தீகரால் இப்படிக் கேட்கப்பட்டு, மீண்டும் மீண்டும் அந்தப் பேச்சாளர்களில் முதன்மையான ஆஸ்தீகரிடம், "பிராமணர்களில் சிறந்தவரே, வேறு ஏதாவது வரத்தைக் கேளும். நீர் அருளப்பட்டு இருப்பீர்!" என்றான். ஆனால், ஆஸ்தீகர் வேறு எந்த வரத்தையும் வேண்டவில்லை. அதன்பிறகு வேதமறிந்த சத்யஸ்யர்களும் அனைவரும் ஒருமித்த குரலில் மன்னன் ஜனமேஜயனிடம், "இந்தப் பிராமணன் தனது வரத்தைப் பெற்றுக் கொள்ளட்டும்" என்றனர்.

எரிந்த பாம்புகளின் பெயர்கள்!

இவ்வாறு பல்லாயிரக்கணக்கில், கோடிக்கணக்கில் பாம்புகள் அந்த நெருப்பில் விழுந்தன. எண்ண முடியாத அளவுக்கு அவற்றின் எண்ணிக்கை அதிகமாக இருந்தது.

நிறத்தால் நீலமாகவும், சிவப்பாகவும், வெள்ளையாகவும் எனக் கொடூரமான உருவங்களில், பெருத்த உடலும், மரணத்தைத் தரும் விஷத்தோடும், உதவியின்றிப் பெரும் சிரமத்திற்குள்ளாகித் தங்கள் தாயான கத்ருவின் சாபத்தால் பாதிக்கப்பட்டுத் தீயில் நெய் விழுவது போல விழுந்த வாசுகியின் குலத்தில் வந்த முக்கியமான பாம்புகளின் பெயர்கள் கோடிசன், மானசன், பூர்ணன், சலன், பாலன், ஹலீமகன், பிச்சலன், கௌணபன், சக்ரன், காலவேகன், பிரகாலனன், ஹிரண்யபாகு, சரணன், ககூஷகன், காலதந்தகன் ஆகும். வாசுகிக்குப் பிறந்து தீயில் விழுந்த பாம்புகள் இவர்களே.

பெரும் பலத்துடனும், கொடூரமான உருவத்திலும் எண்ணிலடங்கா பாம்புகள் அந்த எரியும் தீயில் விழுந்து மடிந்தன. தக்ஷகனின் குலத்தில் வந்த பாம்புகளின் பெயர்கள், புச்சாண்டகன், மண்டலகன், பிண்டசேக்தா, ரபேணகன், உச்சோசிகன், சரபன், பங்கன், பில்வதேஜஸ், விரோஹணன், சிலி, சலகரன், மூகன், சுகுமாரன், பிரவேபனன், முத்கரன்,

சிசுரோமன், சுரோமன் மற்றும் மஹாஹனு ஆவர். இவர்கள் தக்ஷகனுக்குப் பிறந்து தீயில் விழுந்த பாம்புகள் ஆவர். பாராவதன், பாரிஜாதன், பாண்டரன், ஹரிணன், கிருசன், விஹங்கன், சரபன், மேதன், பிரமோதன், செளஹதாபனன் ஆகியோர் ஐராவதனுக்குப் பிறந்து தீயில் விழுந்த பாம்புகளாவர்.

கெளரவ்யன் குலத்தில் பிறந்த பாம்புகளின் பெயர்கள், ஏரகன், குண்டலவேணி, வேணிஸ்கந்தன், குமாரகன், பாகுகன், சிருங்கபேரன், துர்த்தகன், பிராதரன் மற்றும் ராதகன் ஆகியோராவர். இவர்களே கெளரவ்ய குலத்தில் பிறந்து தீயில் விழுந்த பாம்புகள் ஆவர்.

காற்றைப் போன்ற பெரும் வேகமும், கொடுமையான விஷமும் கொண்ட பாம்பான திருதராஷ்டிரன் குலத்தில் பிறந்த பாம்புகளின் பெயர்கள் சங்குகர்ணன், பிடரகன், குடாரமுகன், சுகணன்சேசகன், பூர்ணாங்கதன், பூர்ணமுகன், பிரஹாசன், சகுனி, தரி, அமாஹடன், குமடகன், சுஷேணன், வியயன், பைரவன், முண்டவேதாங்கன், பிசங்கன், உத்ரபாரகன், ரிஷபன், வேகவத், பிண்டாரகன், ரக்தாங்கன், சர்வசாரங்கன், சம்ருத்தன், படாவும், வாசகன்னும், வராஹகன், வீரணகன், சுசித்ரன், சித்ரவேதிகன், பராசரன், தருணகன், மணிஸ்கந்தன் ஆருணி, மானஸன், அஷ்டாவக்ரன், கோமலகன், சுவஸனன், மெளனவேபகன், மஹாஹனு ஆவர்.

சாதனைகளுக்காகப் பெரிதும் அறியப்பட்ட முக்கியமான பாம்புகளின் பெயர்கள் இவையே. முழுவதுமாக சொல்ல இயலாத பெயர்களைக் கொண்ட எண்ணற்ற பாம்புகள், பாம்புகளின் மைந்தர்கள், மைந்தர்களின் மைந்தர்கள் எல்லாம் அந்தத் தீயில் விழுந்த எரிந்தனர். அவற்றில் சில மூன்று தலைகளுடனும், சில ஏழு தலைகளுடனும், சில பத்துத் தலைகளுடனும் யுக முடிவில் வரும் நெருப்பைப் போன்ற விஷத்துடன், கொடூரமான உருவத்துடன் இருந்த அவை ஆயிரக்கணக்கில் எரிந்தன.

பெரும் உடலும், பெரும் வேகமும், மலைமுகடுகளைப் போன்ற உயரமும், யமம், ஒரு யோஜனை, இரு யோஜனை நீளம் உள்ளவையும், நினைத்த மாத்திரத்தில் நினைத்த உருவையும், பலத்தையும் கொள்ளக்கூடியவையும், எரியும் நெருப்பைப் போன்ற விஷம் கொண்டவையும் தங்கள் தாயான கத்ருவின் சாபத்தால் பீடிக்கப்பட்டு அந்தப் பெரும் வேள்வியில் எரிந்தன."

வேள்வி நின்றது!

மன்னன் ஜனமேஜயன் ஆஸ்தீகருக்கு வரத்தைக் கொடுக்கப் போகும் தருணத்தில், இந்திரனின் கைகளில் இருந்து தூக்கி எறியப்பட்ட தக்ஷகன், கீழே விழாமல் அந்தரத்தில் மிதந்தது. தக்ஷகன் பெயரைச் சொல்லி சரியான முறையில் வேள்வித்தீயில் ஊற்றப்பட்டும், ஆகுதி அச்சத்துடனிருந்த தக்ஷகன் கீழே நெருப்பில் விழாததைக் கண்ட ஜனமேஜயன் ஆச்சரியப்பட்டான்.

இந்திரனால் கைவிடப்பட்டு, சுயநினைவை இழந்த அந்தப் பாம்புகளில் சிறந்தவனான தக்ஷகனை நோக்கி ஆஸ்தீகர் 'நில், நில், நில்' என்று மூன்று முறைக் கூறினார். கலங்கிய இதயத்துடன் கூடிய தக்ஷகன் அந்தரத்திலே, பூமிக்கும், ஆகாயத்திற்கும் நடுவில் நின்றான்.

பிறகு சதஸ்யர்களால் தொடர்ந்து கேட்டுக்கொள்ளப்பட்ட மன்னன் ஜனமேஜயன், "ஆஸ்தீகர் சொன்னது போல் நடக்கட்டும். இந்த நாக வேள்வி இத்துடன் நிற்கட்டும். பாம்புகள் காக்கப்படட்டும், இந்த ஆஸ்தீகரும் மனம் நிறையட்டும். சூதரே! பிராமணன் ஒருவனால் வேள்வி தடைபடும் என்ற உமது வார்த்தைகளும் உண்மையாகட்டும்" என்றான்.

ஆஸ்தீகருக்கு வரம் அருளப்பட்ட போது, மகிழ்ச்சி ஆரவாரங்கள் அந்த இடம் முழுவதையும் நிறைத்தன.

பாண்டவ குலத்தில் வந்தவனும், பரீக்ஷித் மைந்தனுமான ஜனமேஜயனின் வேள்வி அத்துடன் முடிவுக்கு வந்தது. அதன் பிறகு, மன்னன் ஜனமேஜயன் மனநிறைவுகொண்டு, ரித்விக்குகளுக்கும், சதஸ்யர்களுக்கும், மற்றும் அங்கு வந்திருந்த அனைவருக்கும் நூற்றுக்கணக்கிலும் ஆயிரக்கணக்கிலும் செல்வத்தைக் கொடுத்தான். கட்டுமானப்பணியில் சிறந்தவரும், கட்டடங்கள் மற்றும் அடித்தளங்களின் விதிகளை அறிந்து, பாம்பு வேள்வி தடைபடுவதற்கு ஒரு பிராமணன் காரணமாவான் என்று முதலிலேயே சொன்னவரும், சூதருமான லோஹிதாக்ஷருக்குப்[55] பெரும் செல்வங்களைக்கொடுத்தான். குறிப்பிடத்தக்ககருணையுடன் மன்னன் ஜனமேஜயன், இன்னும் பல பொருட்களையும், உணவுகளையும், ஆடைகளையும் லோஹிதாக்ஷரின் விருப்பத்திற்கேற்பக் கொடுத்து மனநிறைவடைந்தான். உரிய சடங்குகளுடன் வேள்வியை நிறைவு செய்த ஜனமேஜயன், தன் காரியத்தை முடித்த மனநிறைவுடன் இருந்த ஆஸ்தீகரை மரியாதையுடன் நடத்தி விடைகொடுத்தனுப்பினான்.

மன்னன் ஜனமேஜயன், ஆஸ்தீகரிடம், "எனது பெரும் குதிரை வேள்வியில் சதயஸ்யராக இருக்க நீர் மீண்டும் வர வேண்டும்" என்றான். ஆஸ்தீகர், "சரி" என்று சொல்லி, அந்த ஏகாதிபதியை நிறைவு கொள்ளச் செய்து, தன் குறிக்கோளை அடைந்த மகிழ்ச்சியுடன் தனது இல்லத்திற்குச் சென்றார். அப்படி மகிழ்ச்சியாகச் சென்று தனது மாமன் வாசுகி மற்றும் தாய் ஜரத்காரு ஆகியோரின் கால்களில் விழுந்து ஆசிபெற்று, நாக வேள்வியில் நடந்தவை அனைத்தையும் உள்ளபடியே அவர்களிடம் சொன்னார்.

பாம்புகள் யாரைக் கடிக்காது

ஆஸ்தீகர் சொன்னதையெல்லாம் கேட்ட பாம்புகள் பெரும் மகிழ்வு கொண்டன. அவற்றின் அச்சம் நீங்கியது. ஆஸ்தீகரிடம் பெரும் மனநிறைவு கொண்டு அவருக்கு ஒரு வரம் தருவதாக அவை சொல்லின, "கற்றவனே! ஆஸ்தீகனே! உனக்கு நாங்கள் என்ன நன்மை செய்வது? உன்னிடம் நாங்கள் பெரும் மனநிறைவுகொண்டோம். எங்களையெல்லாம் காப்பாற்றிவிட்டாய். உனக்காக நாங்கள் என்ன செய்யட்டும் குழந்தாய்" என்றன.

ஆஸ்தீகர், "காலையிலோ, மாலையிலோ, எனது இந்தப் புனிதமான செயலடங்கிய வரலாற்றை கவனத்துடனும், மகிழ்ச்சியுடனும் படிக்கும் பிராமணர்களும், மற்ற மனிதர்களும், உங்களிடம் எந்தவிதமான அச்சத்தையும் அடையாதிருக்கட்டும்" என்றார்.

அதற்கு அந்தப் பாம்புகள் பெருமகிழ்வுடன், "மருமகனே, உன் வரமானது நீ கேட்டபடியே ஆகட்டும். மருமகனே, நீ என்ன கேட்டாலும் நாங்கள் மகிழ்ச்சியோடு செய்வோம். ஆஸ்தீகன், அர்திமான், சுனிதன் என்று பகலிலோ, இரவிலோ மனத்தால் நினைப்பவர்களுக்கும் பாம்புகளினால் எந்த அச்சமும் ஏற்படாது. ஜரத்காருவுக்குப் பிறந்தவரும், பாம்பு வேள்வியிலிருந்து பாம்புகளைக் காத்தவருமான ஆஸ்தீகரை என் மனத்தில் நினைக்கிறேன். எனவே, பெரும் நற்பேறு பெற்ற

பாம்புகளே, நீங்கள் என்னைக் கடிப்பது உங்களுக்குத் தகாது. இங்கே இருந்து சென்றுவிடுங்கள், நீங்கள் அருளப்படுவீர்கள். கடும் விஷம் கொண்ட பாம்புகளே சென்றுவிடுங்கள். பாம்புகளே, ஜனமேஜயனின் பாம்பு வேள்விக்குப் பிறகு ஆஸ்தீகர் சொன்ன வார்த்தைகளை நினைவுகூருங்கள்" என்று சொல்பவர் எவருக்கும் பாம்புகளிடமிருந்து அச்சமேற்படாது. எந்தப் பாம்பு ஆஸ்தீகரைக் குறித்துச் சொல்லியும் கடிக்கிறதோ, அந்தப் பாம்புகளின் தலை சிம்சா மரத்தின் கனி போல நூற்றுக்கணக்காகப் பிளந்து போகட்டும்" என்று அந்தப் பாம்புகள் சொல்லின.

அப்படி முக்கியமான பாம்புகள் கூடி சொன்னபோது ஆஸ்தீகர் பெரிதும் மகிழ்ந்தார். அதன்பிறகு உயர் ஆன்ம முனிவரான அந்த ஆஸ்தீகர், அங்கிருந்து சென்றுவிடுவதில் தனது இதயத்தைச் செலுத்தினார். அப்படிப் பாம்பு வேள்வியில் இருந்து பாம்புகளைக் காத்த அந்த பிராமணர்களில் சிறந்த ஆஸ்தீகர், தனக்குரிய காலத்தில் மகன்களையும், பேரன்களையும் விட்டு மேலுலகம் சென்றார்.

இந்த வரலாற்றைச் சொல்வதால் பாம்புகளின் மேல் இருக்கும் பயம் விலகும்.

முற்றும்

நூலாசிரியர்

அஞ்சல்முகவரி	:	செ. அருட்செல்வப் பேரரசன்
		அரசன் வரைகலை
		31/101, டாக்டர் அம்பேத்கர் நகர்,
		1வது தெரு,
		திருவொற்றியூர், சென்னை– 600019
மின்னஞ்சல்	:	*arulselvaperarasan@gmail.com*
கைபேசி	:	*+91 9543390478*
முகநூல்	:	*tamilmahabharatham*
		arulselva.perarasan
கீச்சு	:	*arasaninfo*
வலைப்பூக்கள்	:	*mahabharatham.arasan.info	arasan. info*